വോളിബോൾ
പ്രചാരവും പ്രസക്തിയും

volleyball pracharavum prasakthiyum

•

m s anilkumar

•

first edition
january 2019

•

typesetting & published
chintha publishers, thiruvananthapuram

•

cover
ambeesh

Rights reserved

വിതരണം

ദേശാഭിമാനി ബുക്ക് ഹൗസ്

H O തിരുവനന്തപുരം-695 035
phone: 0471-2303026, 6063026
www.chinthapublishers.com
chinthapublishers@gmail.com

ബ്രാഞ്ചുകൾ

ഹെഡ്ഡാഫീസ് ബ്രാഞ്ച് കുന്നുകുഴി • സ്റ്റാച്യു തിരുവനന്തപുരം • കെ എസ് ആർ ടി സി ബസ് സ്റ്റേഷൻ ആലപ്പുഴ • കെ എസ് ആർ ടി സി ബസ് സ്റ്റേഷൻ എറണാകുളം • മച്ചിങ്ങൽ ലെയ്ൻ തൃശൂർ • ഐ ജി റോഡ് കോഴിക്കോട് • മാവൂർ റോഡ് കോഴിക്കോട് • എൻ ജി ഒ യൂണിയൻ ബിൽഡിങ് കണ്ണൂർ • സെൻട്രൽ ബസ് ടെർമിനൽ കോംപ്ലക്സ് താവക്കര കണ്ണൂർ

CO - 2745 / 4939
ISBN - 978-93-88485-18-0

വോളിബോൾ
പ്രചാരവും പ്രസക്തിയും

എം എസ് അനിൽകുമാർ

ചിന്ത പബ്ലിഷേഴ്സ്
തിരുവനന്തപുരം-695 035

എം എസ് അനിൽകുമാർ

തിരുവനന്തപുരം ജില്ലയിലെ പൂവച്ചൽ മുളമൂട് ആർ എം പി ഭവനിൽ മാധവൻപിള്ളയുടെയും സരസ്വതിയമ്മയു ടെയും മകനായി 1967 ൽ ജനിച്ചു. പൂവച്ചൽ വിശ്വജ്യോതി വോളിബോൾ ക്ലബ്ബിന്റെ കളിക്കാരനായിട്ടാണ് ഈ രംഗത്തേക്ക് കടന്നുവരുന്നത്. തുടർന്ന് 1993 മുതൽ വോളി ബോൾ ജില്ലാ റഫറിയായി അസോസിയേഷൻ രംഗത്തെ പ്രവർത്തനം ആരംഭിച്ചു. 1996 ൽ സംസ്ഥാന റഫറിയായി അംഗീകരിക്കപ്പെട്ടു. 2003 ൽ ഗുജറാത്തിലെ രാജ്ഘോട്ടിൽ നടന്ന ദേശീയ റഫറി ടെസ്റ്റിൽ വിജയിച്ച് ദേശീയ വോളി ബോൾ റഫറി പാനലിലേക്ക് തെരഞ്ഞെടുക്കപ്പെട്ടു. ഈ കാലയളവിൽ നിരവധി സംസ്ഥാന, ദേശീയ ചാമ്പ്യൻഷി പ്പുകളും, ടൂർണമെന്റുകളും നിയന്ത്രിച്ചിട്ടുണ്ട്. 1993 മുതൽ തിരുവനന്തപുരം ജില്ലാ വോളിബോൾ അസോസിയേഷനു മായി ബന്ധപ്പെട്ട് പ്രവർത്തിക്കുകയും 2009 ൽ തിരുവന ന്തപുരം ജില്ലാ വോളിബോൾ അസോസിയേഷൻ സെക്ര ട്ടറിയായി തെരഞ്ഞെടുക്കപ്പെടുകയും ചെയ്തു. കേരള സംസ്ഥാന വോളിബോൾ അസോസിയേഷൻ നിർവ്വഹണ സമിതി അംഗം, റഫറീസ് ബോർഡ് മെമ്പർ, ടെക്നിക്കൽ കമ്മിറ്റി മെമ്പർ എന്നീ നിലകളിലും പ്രവർത്തിച്ചിട്ടുണ്ട്. ഇപ്പോൾ സംസ്ഥാന വിദ്യാഭ്യാസ വകുപ്പിന്റെ കീഴിൽ സെന്റർ ഫോർ അഡ്വാൻസ്ഡ് പ്രിന്റിങ് ആന്റ് ട്രെയി നിങ് (സി-ആപ്റ്റ്) വട്ടിയൂർക്കാവ് ഹെഡ് ഓഫീസ് കോംപ്ല ക്സിൽ റിപ്രോഗ്രാഫിക് അസിസ്റ്റന്റ് ആയി ജോലി നോക്കുന്നു.

ഭാര്യ   : മല്ലിക അനിൽ
മക്കൾ   : അനന്തു അനിൽ, അഞ്ജു അനിൽ
വിലാസം   : ആർ എം പി ഭവൻ, മുളമൂട്
              പൂവച്ചൽ പി ഒ
              തിരുവനന്തപുരം - 695575
ഫോൺ   : 9446703905

ഉള്ളടക്കം

പ്രസാധകക്കുറിപ്പ്

വോളിബോൾ ജനകീയമായ ഒരു കായിക വിനോദമാണ്. കേരളത്തിലെ നഗരങ്ങളെയും നാട്ടിൻപുറങ്ങളെയും ആവേ ശക്കൊടുമുടിയിൽ എത്തിച്ച വോളിബോളിന്റെ സഞ്ചാരവ ഴികൾ അടയാളപ്പെടുത്തുകയാണ് ശ്രീ. എം എസ് അനിൽകുമാർ ഈ ഗ്രന്ഥത്തിൽ. വോളിബോളിന്റെ പിറ വിയും വികാസവും വിശ്വകായികഭൂപടത്തിലേക്കുള്ള വ്യാപ നവും ആവേശകരമായി ചിത്രീകരിക്കുന്നുണ്ട് ഗ്രന്ഥകാരൻ. കളിയുടെ നിയമങ്ങൾ, ദേശീയവും അന്തർദ്ദേശീയവുമായ ടൂർണമെന്റുകൾ, കേരളത്തിലെ പ്രമുഖ കളിക്കാർ, വോളി ബോൾ സംഘടനകൾ എന്നിങ്ങനെ വോളിബോൾ എന്ന കായിക വിനോദത്തെപ്പറ്റി ഒരു മലയാളി അറിയാൻ ആഗ്ര ഹിക്കുന്നതെല്ലാം ഈ പുസ്തകത്തിലുണ്ട്. ഒരുപക്ഷേ, ഇത്തരത്തിലുള്ള ആദ്യ മലയാള പുസ്തകമാകും ഇത്.

ചിന്ത പബ്ലിഷേഴ്സ്

അവതാരിക

ഒരു ജനകീയകളി എന്ന നിലയിൽ വോളിബോൾ ലോകത്തിലും ഇന്ത്യയിലും വിശിഷ്യ കായിക കേരളത്തിലും, പ്രചരിക്കുകയും അതി ലൂടെ നിരവധി താരങ്ങളെ സ്വാധീനിക്കുകയും ചെതിട്ടുണ്ട്. അവർ ആർജ്ജിച്ച അനുഭവങ്ങളുടെ സാക്ഷാൽക്കാരമാണ്, എം എസ് അനിൽ കുമാറിന്റെ ഈ ഗ്രന്ഥം സമ്മാനിക്കുന്നത്. നമ്മുടെ കായിക സംസ്കാര ത്തിന്റെ അതിദ്രുതമായ വളർച്ചയിൽ വോളിബോൾ കളിയുടെ വർദ്ധി ച്ചുവരുന്ന പ്രാധാന്യവും സ്വാധീനവും, ഈ കളി കായികലോകത്തിന് നല്കിയ സംഭാവനകളും ഇവിടെ ചർച്ച ചെയ്യപ്പെടുന്നു. കേരളത്തിൽ വോളിബോൾ കളി ആഴത്തിൽ വേരൂന്നുന്നുവാനും അതിവേഗം പ്രചരിക്കു വാനും പരിശ്രമിച്ചവരുടെ അനുഭവങ്ങളും നമ്മുടെ നാടിനെ ആവേശം കൊള്ളിച്ചു. കളിക്കളങ്ങളിൽ നിറഞ്ഞാടി ലോകശ്രദ്ധയിൽ ഇടം നേടിയ കളിക്കാരുടെ അനുഭവങ്ങളും പുതുതലമുറയ്ക്ക് പ്രചോദനമാകുമെന്ന തിൽ സംശയമില്ല. 1960 മുതൽ കേരളത്തിൽ വോളിബോൾ കളിയെ ന യിച്ചിരുന്ന കളിക്കാരും അവരെ വളർത്തിയെടുക്കുന്നതിനു പരിശ്രമിച്ച പ്രഗത്ഭരായ പരിശീലകരും നേരിടേണ്ടിവന്ന പ്രതിസന്ധികളുടേയും കഷ്ട പ്പാടുകളുടേയും നേർക്കാഴ്ചയായി ഈ പുസ്തകം മാറുമ്പോൾ എഴു ത്തുകാരന്റെ ദൗത്യം അർത്ഥപൂർണ്ണമാവുന്നു. അവരുടെ ത്യാഗം ഇനിയും ശ്രദ്ധിക്കപ്പെടാതെ പോകരുതെന്ന നിഷ്കർഷ ഗ്രന്ഥകാരൻ പുലർ ത്തുന്നത് അഭിലഷണീയമാണ്.

കൂട്ടായ പരിശ്രമങ്ങളുടെ ഫലമായി കേരളത്തിൽ രൂപീകരിക്കപ്പെട്ട സർക്കാരിതര വകുപ്പുതല വോളിബോൾ ടീമുകൾ, അവയെ നിലനിർ ത്താൻ പരിശ്രമിച്ചവർ, പ്രതിസന്ധികളെ അതിജീവിച്ചു നിലനിന്നു പോ രുന്ന ടീമുകൾ എന്ന വിഷയങ്ങളും ഇതിൽ പ്രതിപാദിക്കുന്നു. വോളി

ബോൾ കളി ആരംഭിച്ച 1895 മുതൽ നാളിതുവരെയുള്ള നിയമ ഭേദഗതി കൾ മനസ്സിലാക്കാനും ഈ ഗ്രന്ഥം സഹായകരമാകും.

ഈ കായികമേഖല ഏറെ പ്രാധാന്യമുള്ളതും നിരവധി സാദ്ധ്യത കൾ പ്രദാനം ചെയ്യുന്നതുമാണ്. വോളിബോൾ മേഖലയിലെ പ്രശ്ന ങ്ങളും വെല്ലുവിളികളും അപഗ്രഥിക്കുന്നതും അതിനു കൃത്യമായ പരി ഹാരമാർഗ്ഗങ്ങൾ നിർദ്ദേശിക്കുന്നതിലും ഗ്രന്ഥകർത്താവ് പരമാവധി ശ്രദ്ധ ചെലുത്തിയിട്ടുണ്ട്.

കായികരംഗത്തെ പ്രതിഭകളെ കണ്ടെത്തി അവരെ മികച്ച കളിക്കാ രായി വാർത്തെടുക്കുകയെന്ന ലക്ഷ്യത്തോടെ തുടക്കമിട്ട ടാലന്റ് ഐ ഡന്റിഫിക്കേഷൻ എന്ന തുടർപ്രവർത്തന പദ്ധതിയുടെ പ്രസക്തിയും തിരിച്ചറിയേണ്ടതാണ്. കായിക വിദ്യാഭ്യാസ മേഖലയിൽ വോളിബോൾ കളിയുടെ ജനകീയത വർദ്ധിപ്പിക്കുന്നതിനുള്ള കൂടുതൽ പ്രവർത്തന ങ്ങൾ അനിവാര്യമാണ്. സംസ്ഥാനത്തിന്റെയും ഇന്ത്യയുടെയും വോളി ബോൾ മേഖലയുടെ ഉന്നമനത്തിനു സ്പോർട്സ് അതോറിറ്റി ഓഫ് ഇന്ത്യ യുടെ സ്തുത്യർഹമായ പ്രവർത്തനങ്ങളും സായി പരിശീലകരുടെ മികച്ച സംഭാവനകളും ഇവിടെ പരാമർശിക്കാതെ വയ്യ. അതോടൊപ്പം ഇൻഡോർ ഹാൾ അടക്കം ലോകനിലവാരമുള്ള പരിശീലന സൗകര്യങ്ങളുടെ അ പര്യാപ്തതകൾ പരിഹരിക്കാനുള്ള ശ്രമങ്ങളും അത്യാവശ്യമാണ്.

ഈ കായികമേഖലയ്ക്കു വേണ്ടി ജീവിതം ഉഴിഞ്ഞു വച്ച കളിക്കാ രെയും, പരിശീലകരെയും അംഗീകരിക്കുന്നതിനും ആദരിക്കുന്നതിനും ഈ ഗ്രന്ഥം വഴികാട്ടിയാകുമെന്നു പ്രതീക്ഷിക്കാം. പ്രസ്തുത പുസ്തകം കായിക മേഖലയിലെ ഇതര പ്രസിദ്ധീകരണങ്ങളോടൊപ്പം കിടപിടിക്കു ന്നതാണെന്നു നിസ്സംശയം പറയാം. വോളിബോൾ കളിയുടെ പുരോഗ തിക്കും പ്രചാരണത്തിനും ജനകീയതയ്ക്കുമായി പ്രവർത്തിക്കുന്ന പരി ശീലകർക്കും കളിക്കാർക്കും കായിക പ്രേമികൾക്കും ഈ പുസ്തകം ഏറെ സഹായകരമാകുമെന്ന് ഞാൻ വിശ്വസിക്കുന്നു.

സ്നേഹപൂർവ്വം

ഡോ. ജി കിഷോർ
പ്രിൻസിപ്പാൾ
സ്പോർട്സ് അതോറിറ്റി ഓഫ് ഇന്ത്യ
ലക്ഷ്മിഭായി നാഷണൽ കോളേജ് ഓഫ്
ഫിസിക്കൽ എഡ്യൂക്കേഷൻ
കാര്യവട്ടം, തിരുവനന്തപുരം.

ആമുഖം

വോളിബോൾ എന്ന കായിക വിനോദത്തിന് രണ്ടായിരത്തിപ്പതി നെട്ടിൽ നൂറ്റി ഇരുപത്തിമൂന്ന് വയസ്സ് തികഞ്ഞു. ഈ കളിയുടെ ആരംഭ വും, അംഗീകാരവും, പ്രചാരവും ഈ പുസ്തകത്തിലൂടെ പരിചയപ്പെടു ത്തുന്നു. മികച്ച നിലവാരത്തിലുള്ള കളിക്കാരേയും അവർക്ക് ലഭിച്ച അംഗീകാരങ്ങളും, ഗ്രാമപ്രദേശങ്ങളിലെ കുട്ടികൾ മനസ്സിലാക്കുന്ന തിൽനിന്ന് അവരെ ഈ കളിയിലേക്ക് ആകർഷിക്കുകയും അതിലൂടെ കായിക മികവുള്ള കളിക്കാരെയും, സംസ്ഥാനത്തെയും വാർത്തെടുക്കാ മെന്നും ആഗ്രഹിക്കുന്നു. കൂടാതെ നിയമങ്ങൾ, സംഘടന, അർജ്ജുന, ദ്രോണാചാര്യ അവാർഡ് ജേതാക്കൾ തുടങ്ങിയവരെ നേരിട്ടറിയുന്നതി ലൂടെ കുട്ടികൾക്കും, കളിക്കാർക്കും ഈ കളിയിൽ ആവേശമുണർത്താൻ കഴിയുന്നതോടൊപ്പം ഈ പുസ്തകം വായിക്കുന്ന നിങ്ങൾ ഓരോരു ത്തരും വോളിബോൾ കളിയുടെ പ്രചാരകർ ആകാൻ സഹായകമാവട്ടെ എന്ന് ആശിക്കുന്നു. ഒട്ടെറെപ്പേരുടെ സഹായവും പ്രോത്സാഹനവും ഈ പുസ്തകത്തിന് ലഭിച്ചിട്ടുണ്ട്. ഇതിലെ ചിത്രങ്ങളും വിവരങ്ങളും തന്നു സഹായിച്ച വ്യക്തികളോടും സ്ഥാപനങ്ങളോടും വിശിഷ്യാ എസ് സി ഇ ആർ ടി റിസർച്ച് ഓഫീസറായ ഡോ. അജീഷ് പി ടിയോടുമുള്ള കട പ്പാട് ഇവിടെ രേഖപ്പെടുത്തുന്നു. ഈ പുസ്തകം സമ്പൂർണ്ണമാണെന്ന് കരുതുന്നില്ല. കുറ്റങ്ങളും കുറവുകളും ഉണ്ടാകാം. പിഴവുകൾ എന്തെ ങ്കിലും വന്നുചേർന്നിട്ടുണ്ടെങ്കിൽ വരും പതിപ്പുകളിൽ തിരുത്തുന്നതാ യിരിക്കും.

സ്നേഹപൂർവ്വം
എം എസ് അനിൽകുമാർ

കളിയും അല്പം കാര്യവും

മലയാളിയുടെ സ്വന്തം കളിയാണ് വോളിബോൾ. വോളിബോളിൽ നമുക്ക് ഏറെ നേട്ടങ്ങൾ കൈവരിക്കാൻ ആയിട്ടുമുണ്ട്. എന്നാൽ ലോക നിലവാരത്തിന്റെ ഔന്നത്യത്തിലേക്ക് ഉയർന്ന ജിമ്മി ജോർജ്, വോളി ബോൾ ഇതിഹാസമെന്നു പുകൾപ്പെറ്റ പപ്പൻ, നീക്കങ്ങളിലെ കൃത്യത യാൽ അടയാളപ്പെടുത്തപ്പെട്ട സിറിൽ സി വള്ളൂർ, കളിയിലെ തന്ത്ര ങ്ങൾ മെനയുന്നതിൽ അഗ്രഗണ്യനായ ഉദയകുമാർ, ടീം കോമ്പിനേഷന്റെ ഉസ്താദായ ഗോപിനാഥ്, ഒരു കാലത്ത് വോളിബോൾ കോർട്ടുകൾ അട ക്കിവാണ ഏലമ്മ, പി സി ഏലിയാമ്മ, ജെയിസമ്മ മുത്തേടം എന്നിവർക്കു ശേഷം എടുത്തു കാണിക്കാനായി നമുക്ക് എത്ര കളിക്കാരുണ്ട്. വോളി യുടെ പ്രതാപ കാലത്തെ അയവിറക്കി മലയാളി ആരാധകർ കാത്തി രിപ്പു തുടങ്ങിയിട്ട് നാളുകൾ ഏറെയായി.

ആവശ്യത്തിനുള്ള പരിശീലകരോ സൗകര്യങ്ങളുള്ള ഗ്രൗണ്ടുകളോ, സ്പോർട്സ് ഹോസ്റ്റലുകളോ അക്കാദമികളോ, ഇല്ലാത്ത കാലഘട്ടത്തി ലാണ് മേല്പറഞ്ഞ വ്യക്തിത്വങ്ങൾ വോളിബോൾ രംഗത്ത് ലോകോ ത്തര പ്രകടനം കാഴ്ചവച്ചത്. പ്രഗത്ഭരായ പുരുഷ-വനിതാ കളിക്കാരെ സംഭാവന ചെയ്ത ജോർജ് ബ്രദേഴ്സ്, നാമക്കുഴി സഹോദരിമാർ, കരി ക്കാട്ടൂർ സിക്സസ്, വയനാട് അക്കാദമി തുടങ്ങിയ വോളിബോൾ ടീമു കളും അവയ്ക്ക് വേണ്ടി ജീവിതം അർപ്പിച്ച അഡ്വ: ജോർജ്, നാമക്കുഴി ജോർജ് വർഗ്ഗീസ്, തോമസ്മാഷ്, വി എം അശോകൻ എന്നിങ്ങനെയുള്ള വരെ വോളിരംഗം എന്നെന്നും ഓർമ്മിക്കും. എന്നാൽ കിഷോർ ആർ രാജീവ്, അബ്ദുൽ റസ്സാക്ക്, കെ സുനിൽകുമാർ, ടിനുജോസ് തുടങ്ങിയ താരങ്ങളൊക്കെ മലയോര പ്രദേശങ്ങളുടെ സംഭാവനകളാണ്. ഗ്രാമപ്രദേ ശങ്ങളിൽ പന്തുകളിയുടെ ശബ്ദവും ആവേശവും ഇല്ലാതായപ്പോഴാണ്

പുതിയ ജിമ്മിയും പപ്പനും ഏലമ്മയും, അന്നക്കുട്ടിയും സലോമി രാമു
വുമൊക്കെ ഇന്ത്യക്കും മലയാളിക്കും നഷ്ടമാകുന്നത്. അതോടൊപ്പം
നമ്മുടെ സംസ്കാരത്തിന്റെ ഭാഗമായിത്തീർന്ന വോളിബോൾ കളിയും.
ദേശീയ അന്തർദ്ദേശീയ നിലവാരമുള്ള കളികളിൽ കേരളവും മലയാളി
താരങ്ങളും തങ്ങളുടെ കഴിവ് തെളിയിച്ചത് നമ്മൾ കണ്ടതാണ്, ഇപ്പോൾ
കഴിവുറ്റ പ്രതിഭകൾ നമുക്കുണ്ട് എന്നതും ശ്രദ്ധേയമാണ്. ദേശീയ ടീമു
കളിലെ മലയാളി പുരുഷ-വനിതാ സാന്നിധ്യം എന്നും നമുക്ക് അഭിമാ
നിക്കാവുന്നതുമാണ്.

സ്കൂൾ തലങ്ങളിൽ കളിക്കാരെ കണ്ടെത്തി അടിസ്ഥാനപരമായ
പരിശീലനം നൽകിയാൽ മാത്രമേ നിലവാരമുള്ള താരങ്ങളെ വളർത്തി
യെടുക്കുവാൻ കഴിയുകയുള്ളൂ. അർപ്പണബോധത്തോടെയുള്ള പരിശീ
ലകർ, ചിട്ടയായ പരിശീലനം, ശരിയായ സംരക്ഷണം, താമസസൗകര്യം,
ഭക്ഷണം, ഇൻഷുറൻസ് പരിരക്ഷ എന്നിവ നമ്മുടെ താരങ്ങൾക്ക് അത്യാ
ന്താപേക്ഷിതമാണ്. ഇന്നത്തെ സംവിധാനങ്ങളിൽ ചിലതെങ്കിലും സാമ്പ
ത്തിക നേട്ടങ്ങൾക്കുള്ള കേന്ദ്രങ്ങളായി മാറിയിരിക്കുന്നു. വളരെ സജീ
വമായിരുന്ന ഗ്രാമങ്ങളിലെ വോളിബോൾ ടൂർണമെന്റുകൾ തിരികെ
കൊണ്ടു വരുന്നതിനും അതിലൂടെ താരങ്ങളെ ആകർഷിക്കുന്നതിനും
വേണ്ട നടപടികൾ അടിയന്തരമായി സ്വീകരിച്ചേ മതിയാവൂ. ടി വി,
മൊബൈൽ ഫോൺ, ഇന്റർനെറ്റ് എന്നിവ അത്യന്താപേക്ഷിതമെങ്കിലും
ഇവയുടെ അമിതമായ കടന്നുകയറ്റം കുട്ടികളിൽ കായികസംസ്കാര
ത്തിന്റെ കരുത്ത് നഷ്ടപ്പെടുത്തിയിരിക്കുന്നു. മാറി മാറി വരുന്ന കേന്ദ്ര,
സംസ്ഥാന സർക്കാരുകൾ വോളിബോൾ കളിക്ക് നൽകുന്ന പ്രോത്സാ
ഹനവും താല്പര്യവും കുറഞ്ഞുകൊണ്ടിരിക്കുന്നു. ഗതകാല പ്രൗഢി
യോടെ വളരെക്കാലമായി നിലനിന്നിരുന്ന സർക്കാർ വകുപ്പുകളുടെ
വോളിബോൾ ടീമുകളായ എ ജി എസ്, പോസ്റ്റൽ, എൽ ഐ സി,
കൊച്ചിൻ പോർട്ട് ട്രസ്റ്റ്, കൊച്ചിൻ ഷിപ്പ്‌യാർഡ്, കസ്റ്റംസ് ആന്റ്
സെൻട്രൽ എക്സൈസ്, ടൈറ്റാനിയം, കെ എസ് ആർ ടി സി, കേരളാ
പൊലീസ്, വൈദ്യുതി ബോർഡ് തുടങ്ങിയ വകുപ്പുകളിൽ പലതും വോളി
ബോൾ ടീമുകളെ ഒഴിവാക്കിയതും, ഈ കളിയുടെ തിളക്കത്തിന് മങ്ങ
ലേറ്റിരിക്കുകയാണ്.

അതോടൊപ്പം ബി പി സി എൽ, ഇന്ത്യൻ ബാങ്ക്, ഇന്ത്യൻ
ഓവർസീസ് ബാങ്ക്, നെയ്‌വേലി ലിഗ് നൈറ്റ്സ്, ഇന്ത്യൻ റെയിൽവേ
(നാലു ടീമുകൾ) ബി എസ് എഫ്, കൊച്ചിൻ ബാങ്ക്, ഫാക്ട്, ഇന്ത്യൻ
ആർമി തുടങ്ങിയവയിൽ ചിലത് നാമമാത്രമായും മറ്റ് ചിലത് പൂർണ്ണ
മായും പിരിച്ചു വിടപ്പെട്ട അവസ്ഥയിലുമാണ്. മേൽ സൂചിപ്പിച്ചിട്ടുള്ളവ
യിൽ വിരലിലെണ്ണാവുന്നവ മാത്രമാണ് നിലവിൽ സർക്കാർ സംരക്ഷിച്ചു
പോരുന്നത്. കൂടാതെ നമ്മുടെ സംസ്ഥാനത്തെ കായിക പ്രതിഭകളെ
ഇവിടെ നിലനിർത്താൻ കഴിയാതെ അവർ അന്യസംസ്ഥാന ടീമുകളി
ലേക്ക് ചേക്കേറാൻ നിർബ്ബന്ധിതരാവുന്നു. എന്നാൽ കഴിഞ്ഞ കാലഘട്ട

ങ്ങളിൽ മികച്ച കളിക്കാർക്ക് നല്ല ജോലി നല്കി തിരികെ കൊണ്ടുവ രാൻ കേരളത്തിന് കഴിഞ്ഞിട്ടുണ്ട്. വിവിധ വകുപ്പുകളുടെ ടീമുകൾ ഉണ്ടാ യിരുന്ന കാലഘട്ടത്തിൽ മികച്ച കളിക്കാരെ സംരക്ഷിക്കുവാൻ കഴിയു മായിരുന്നു. ജോലി സാദ്ധ്യത മുന്നിൽ കണ്ടെങ്കിലും കായിക താരങ്ങളെ ആകർഷിക്കുവാൻ കഴിയുമായിരുന്നു. നിലവിലുള്ള ടീമുകളെ പോലും അവസാനിപ്പിക്കാനാണ് വിവിധ വകുപ്പുകൾ ശ്രമിക്കുന്നത്. സർക്കാരും വകുപ്പുകളും വോളിബോൾ ആരംഭിക്കുന്നതിനും സംരക്ഷിക്കുന്നതിനും തയ്യാറായാൽ അരങ്ങിറങ്ങിയ പ്രതാപത്തെ തിരികെ കൊണ്ടുവരാനും അതിലൂടെ ഒരു കായിക സംസ്കാരത്തെ നിലനിർത്തുവാനും കഴിയും. അതിനൊപ്പം നമ്മുടെ താരങ്ങളിലെ പ്രൊഫഷണൽ ചിന്തകളും മാറ്റേ ണ്ടതായിട്ടുണ്ട്.

ഇന്ത്യയിലെ വിവിധ സംസ്ഥാന ടീമുകളിലും വിവിധ ഡിപ്പാർട്ടു മെന്റ് ടീമുകളിലും, പുരുഷ-വനിതാ സീനിയർ ദേശീയ ചാമ്പ്യൻഷി പ്പിലെ ടീമുകൾ എന്നിവയിൽ പകുതിയോളം വരുന്ന മലയാളി സാന്നിദ്ധ്യം നമുക്ക് എന്നും അഭിമാനിക്കാവുന്നതാണ്. ഇക്കാലയളവിനുള്ളിൽ അര ഡഡസനിലധികം വോളിബോൾ താരങ്ങളെ അർജ്ജുന അവാർഡ് ജേതാ ക്കളുടെ പട്ടികയിൽ എത്തിക്കാനും കേരളത്തിനു കഴിഞ്ഞിട്ടുണ്ട്. കേര ളത്തിലെ പ്രൊഫഷണൽ കോളേജുകളുടെ സമീപനം തികച്ചും വൃത്യ സ്തമാണ്. സ്പോർട്സ് താരങ്ങൾക്ക് ഇതര സംസ്ഥാനങ്ങളിലെന്ന പോലെ കേരളത്തിലും അർഹമായ അംഗീകാരം കൊടുത്തെങ്കിൽ മാത്രമേ മികച്ച കളിക്കാരും ടീമുകളും ഇവിടെനിന്നും ഉണ്ടാവുകയുള്ളു. നമ്മുടെ അയൽ സംസ്ഥാനങ്ങൾ മികച്ച പ്രകടനക്കാരായ വിദ്യാർത്ഥി കൾക്ക് സൗജന്യമായി പ്രൊഫഷണൽ സീറ്റുകൾ നല്കുന്നതോടൊപ്പം മികച്ച കളിക്കാരെ സൃഷ്ടിക്കുകയും ചെയ്യുന്നു. ഇവർ ഈ സംസ്ഥാ ങ്ങൾക്ക് മുതൽക്കൂട്ട് ആവുകയും ചെയ്യും.

ഭാവിതാരങ്ങളെ കണ്ടെത്താനും വളർത്തിയെടുക്കാനുമുള്ള കടമ കായിക പ്രേമികളായ നമ്മുടെ ഓരോരുത്തരുടേതുമാണ്, അവ നമ്മൾ ഏറ്റെടുക്കണം. കേരളത്തിന്റെ പുതിയ കായിക നയം കായിക താര ങ്ങൾക്കും അതുവഴി കായികമേഖലയ്ക്കും ഉണർവ്വും, ഉത്തേജനവും, ഗുണവും ചെയ്യുമെന്ന് പ്രതീക്ഷിക്കുന്നു. കേരളത്തിൽ വോളിബോളിന്റെ പുതിയ വസന്തത്തിനായി കാതോർക്കാം, കാത്തിരിക്കാം.............

വോളിബോൾ – ചരിത്രം വർത്തമാനം

ലോകജനതയുടെ അംഗീകാ
രവും പ്രോത്സാഹനവും ഒരുപോലെ
ലഭിച്ച കളിയാണ് വോളിബോൾ.
1895 ൽ യു എസിൽ മാസ്സചസെ
റ്റ്സിലെ "ഹോളിയോക്ക്" എന്ന
സ്ഥലത്ത് യങ്മെൻസ് ക്രിസ്ത്യൻ
അസോസിയേഷന്റെ (വൈ എം സി
എ) ഗ്രൗണ്ടിലാണ് ആദ്യമായി കളി
ആരംഭിക്കുന്നത്. വൈ എം സി എ
യുടെ കായിക പരിശീലകനായ
വില്യം ജി മോർഗൻ ആണ് വോളി
ബോളിന്റെ പിതാവ്. 'മിന്റോനെറ്റേ'
എന്നതായിരുന്നു ഈ കളിയുടെ
ആദ്യനാമം. ഒരു ഗ്രൗണ്ടിന്റെ കുറു
കെ നെറ്റ് കെട്ടുകയും നെറ്റിന്റെ മുക
ളിലൂടെ ഇരുവശത്തേക്കും പന്ത്

തള്ളി വിടുകയും ചെയ്യുന്നു എന്ന അർത്ഥത്തിലാണ് ഈ കളിക്ക് 'മിന്റോ
നെറ്റേ' എന്ന പേര് ലഭിക്കുവാൻ കാരണം. യു എസിലെ സ്പ്രിങ് ഫീൽഡ്
കോളേജിലെ പ്രൊഫസർ ഡോ. ഐ ടി ഹാൽസ്റ്റഡ് ആണ് ഈ കളിക്ക്
'വോളിബോൾ' എന്ന പേര് നല്കിയതെന്ന് ചരിത്രം പറയുന്നു. മറ്റ് കളി
കളെ അപേക്ഷിച്ച് കുറച്ച് സ്ഥലം മാത്രമാണ് ആവശ്യമായിട്ടുള്ളത്.
കൂടാതെ ഏതുതരം പ്രായക്കാരേയും ആവേശം കൊള്ളിക്കുവാനും, മാന
സിക ഉല്ലാസത്തിനും കഴിയുന്നതായതുകൊണ്ട് വോളിബോൾ കളിക്ക്

വളരെ വേഗം പ്രചാരം ലഭിച്ചു.

ഈ കളിയുടെ ആദ്യകാലനിയമങ്ങൾ ഉണ്ടാക്കിയതും മോർഗൻ തന്നെയാണ്. 1913 മുതൽ 1945 വരെയുള്ള കാലഘട്ടത്തിലാണ് ഈ കളിക്ക് വളരെയധികം പ്രചാരം ലഭിച്ചത്. മറ്റ് കളികളെ അപേക്ഷിച്ച് കുറച്ച് സ്ഥലവും പരിമിതമായ കായിക ഉപകരണങ്ങളും എളുപ്പത്തിൽ കളിക്കാൻ കഴിയുന്നതും കാരണം രണ്ടാം ലോകമഹായുദ്ധകാലത്ത് പട്ടാളക്കാർ ക്യാമ്പ് ചെയ്തിരുന്ന രാജ്യങ്ങളിലെല്ലാം വളരെ വേഗത്തിൽ കളി പ്രചരിക്കുവാൻ ഇടയായി. വോളിബോൾ കളിയുടെ വളർച്ച വേഗ ത്തിലായതിനാൽ മറ്റ് രാജ്യങ്ങളിലേക്കും വ്യാപിച്ചു. ഇക്കാരണങ്ങൾ കൊണ്ട് എല്ലാ സ്ഥലങ്ങളിലും കൂടുതൽ ആളുകളെ ആകർഷിക്കുന്ന തിനും ജനകോടികളുടെ മനസ്സിൽ ഇടം നേടുന്നതിനും ഈ കായിക വിനോദത്തിന് കഴിഞ്ഞു. വോളിബോൾ കളി ഇന്ന് ഏഴ് വൻകരകളേയും കീഴടക്കി ലോകത്തെ ജനപ്രിയ വിനോദമായി മാറിയിരിക്കുകയാണ്. ബുദ്ധസന്ന്യാസിമാർപോലും വോളിബോൾ കളിയെ സ്നേഹിക്കുകയും ജീവിതത്തിന്റെ ഭാഗമാക്കുകയും വൈകുന്നേരങ്ങളിൽ കളിക്കുകയും ചെയ്തിരുന്നതിന് തെളിവുകൾ ലഭിച്ചിട്ടുണ്ട്.

പതിമൂന്ന് അംഗങ്ങളുമായി 1947 ൽ ഏപ്രിൽ മാസത്തിൽ പാരീസിൽ അന്താരാഷ്ട്ര വോളിബോൾ ഫെഡറേഷൻ രൂപം കൊണ്ടു. പോൾ ലിബോർഡ് ആയിരുന്നു ഫെഡറേഷന്റെ ആദ്യ പ്രസിഡന്റ്. ഇരുപത് വർഷങ്ങൾ കഴിഞ്ഞപ്പോൾ നൂറിലധികം രാഷ്ട്രങ്ങൾ ഫെഡറേഷനിൽ അംഗങ്ങളായി. ഇന്ന് ലോകത്തിലെ ഇരുന്നൂറിലധികം രാഷ്ട്രങ്ങൾ അംഗ ങ്ങളായിട്ടുള്ള അംഗീകാരമുള്ള സംഘടനയായി ഇത് മാറിയിരിക്കുക യാണ്. നമ്മുടെ രാജ്യത്ത് 1951 ജൂലൈയിൽ പഞ്ചാബിലെ ലുധിയാന

യിൽ ആദ്യ യോഗം കൂടുകയും ദേശീയ വോളിബോൾ ഫെഡറേഷൻ എന്ന സംഘടന നിലവിൽ വരികയും ചെയ്തു. ദേശീയ വോളിബോൾ ഫെഡറേഷന്റെ ആദ്യപ്രസിഡന്റ് എസ് സി അറോയയും സെക്രട്ടറി എസ് കെ ബസുവും ആയിരുന്നു. തുടർന്ന് 1952 ൽ ആദ്യ സീനിയർ ദേശീയ വോളിബോൾ ചാമ്പ്യൻഷിപ്പ് മദ്രാസിൽനടന്നു. 1964 ലെ ടോക്കിയോയിൽ നടന്ന ഒളിമ്പിക്സിലാണ് വോളിബോളിനെ ആദ്യമായി മത്സര ഇനമാക്കി മാറ്റിയത്.

ലോകത്താകെ അംഗീകാരവും പ്രചാരവുമായി വോളിബോൾ മാറി യപ്പോൾ ഇറ്റലി, സൗദി അറേബ്യ തുടങ്ങിയ രാജ്യങ്ങൾ വൻകിട പ്രൊഫ ഷണൽ കളിക്കാരെ വിലയ്ക്കെടുത്ത് മത്സരങ്ങൾ സംഘടിപ്പിച്ചു. ഇതി നായി പ്രൊഫഷണൽ വോളിബോൾ ക്ലബ്ബുകൾ രൂപം കൊണ്ടു. ഇതിന്റെ ഭാഗമായി ഇന്ത്യപോലുള്ള രാജ്യങ്ങളിൽനിന്നുപോലും കളിക്കാരെ ഇത്തരം രാജ്യങ്ങളിലേക്ക് തെരഞ്ഞെടുത്ത് കൊണ്ടുപോയിട്ടുണ്ട്. ഇതു കാരണം നിലവാരമുള്ള താരനിരയെ നമ്മുടെ രാജ്യത്തിനുവേണ്ടി കളിക്കാൻ ലഭിക്കാത്ത സാഹചര്യം വന്നു ചേർന്നു. വോളിബോൾ ലോക റാങ്കിങ് പട്ടികയിൽ ഇറ്റലി, ജർമ്മനി, റഷ്യ, ക്യൂബ, ബ്രസീൽ, അമേ രിക്ക, ഇംഗ്ലണ്ട്, ജപ്പാൻ തുടങ്ങിയ രാജ്യങ്ങൾ ഒന്നാം നിരയിലും അർജന്റീന, കൊറിയ, ബൾഗേറിയ, പോളണ്ട്, പെറു, ഇറാൻ തുടങ്ങിയ രാജ്യങ്ങൾ രണ്ടാം നിരയിലും ഉൾപ്പെടുന്നു. ഇന്ത്യയിൽ ഈ കളിക്ക് കൂടുതൽ അംഗീകാരവും പ്രചാരവും ലഭിക്കുവാൻ കാരണം കേരളത്തിൽ നിന്നുള്ള കളിക്കാരുടെ പ്രകടനം മാത്രമാണ്. പഞ്ചാബ്, ബംഗാൾ, ആന്ധ്രപ്രദേശ്, കർണ്ണാടക, തമിഴ്നാട്, കേരളം തുടങ്ങിയവ നമ്മുടെ രാജ്യത്ത് വോളിബോൾ കളി നിലവാരത്തിൽ മുൻനിരയിൽ നില്ക്കുന്ന സംസ്ഥാനങ്ങളാണ്.

1921 ൽ മദ്രാസ് വൈ എം സി എ യുടെ ഇടപെടലിലൂടെയാണ് ഇന്ത്യയിൽ വോളിബോളിന്റെ രംഗപ്രവേശം. വൈ എം സി എ യുടെ നേതൃത്വത്തിൽ രാജ്യത്തിന്റെ ഇതര സംസ്ഥാനങ്ങളിലും ഈ കളി വളർന്നു കയറി. ഉത്തരേന്ത്യയിൽ കളി ആരംഭിച്ച് അധികം താമസി യാതെ ക്രിസ്ത്യൻ മിഷണറിമാരുടെ പിന്തുണയോടെ മലബാറിലെ വട കരയിൽ വോളിബോൾ വ്യാപകമായി. തുടർന്ന് കോഴഞ്ചേരി, പാല, കാഞ്ഞിരപ്പള്ളി, പത്തനംതിട്ട, എറണാകുളം ജില്ലയിലെ തീരപ്രദേശം, തൃശൂർ ജില്ലയിലെ മണപ്പുറം, തിരുവനന്തപുരം ജില്ലയിലെ ഇടവ എന്നി വിടങ്ങളിലെല്ലാം വോളിബോൾ ജനകീയ കളിയായി മാറി. 1928 ൽ വട കര മിഷൻ സ്കൂളിൽ ആദ്യമായി ഒരു വോളിബോൾ ടീമുണ്ടാക്കി. കേര ളത്തിൽ ക്രിസ്ത്യൻ മിഷണറിമാരുടെ നേതൃത്വത്തിൽ പില്ക്കാലത്ത് ആരംഭിച്ച വോളിബോൾ ഹോസ്റ്റലുകളിൽ ഭൂരിഭാഗവും അവർ ഇപ്പോഴും

സംരക്ഷിച്ചുപോരുന്നു. 1940 ൽ മലബാർ മേഖലയിൽ സജീവൻമാസ്റ്റർ രൂപം കൊടുത്ത ജിംഖാന വോളി ക്ലബ് പിന്നിട് തെന്നിന്ത്യൻ കളിക്കളങ്ങൾ അടക്കി വാഴുകയായിരുന്നു. ചാമ്പ്യൻ നാരായണൻ നായരും, തിക്കോടി രാഘവൻ വൈദ്യരും, പായിപ്ര രാഘവൻനായരും, പോത്രാഞ്ചേരി ഗോപാലനും പാലോറ നാണുവും, ദാമോദരൻ നമ്പ്യാരും, ഇമ്പിച്ചി മമ്മുവും, ഇരിങ്ങൽ പപ്പനും അടങ്ങുന്ന ആദ്യകാല വോളിബോൾ പ്രതിഭകൾ കേരളക്കരയെ ആവേശം കൊള്ളിച്ചവരാണ്. കേരളത്തിൽ 1950 വരെ വോളിബോൾ ഒരു ഓൾ റൗണ്ട് ഗെയിം ആയിരുന്നില്ല. സർവ്വീസ്, പ്രതിരോധം, ആക്രമണം എന്നിവയ്ക്കെല്ലാം പ്രത്യേകം പ്രത്യേകം താരങ്ങളുണ്ടായിരുന്നു. 1950 ൽ മദ്രാസ് ഒളിമ്പിക്സ് എന്ന പേരിൽ നടന്ന ദക്ഷിണേന്ത്യൻ വോളിബോൾ ചാമ്പ്യൻഷിപ്പിൽ കേരളത്തിലെ ജിംഖാന ടീം കിരീടമണിഞ്ഞത് ചരിത്രത്തിന്റെ ഭാഗമാകുന്നു. അച്ചുതക്കുറുപ്പും, ഭാസ്കരക്കുറുപ്പും, അച്ചുതൻനായരും, മുകുന്ദനും, ഒളിമ്പ്യൻ റഹ്മാനും രണ്ടാം തലമുറക്കാരായി നിലകൊള്ളുമ്പോൾ, ജോസ് ജോർജ്, ജിമ്മി ജോർജ്, പപ്പൻ, കെ സി ഏലമ്മ, സാലി ജോസഫ്, സിറിൽ, ഉദയകുമാർ, ജോൺസൺ ജേക്കബ്, ദാനിക്കുട്ടി, അബ്ദുൾ റസാക്ക്, ഗോപിനാഥ്, ടോം ജോസഫ്, രാജ് വിനോദ്, കിഷോർ, അസീസ്, എസ് എ മധു, രാജീവ് തുടങ്ങിയവർ വോളി മഹിമയുടെ പിന്മുറക്കാരാവുകയാണ്.

1930 കളുടെ തുടക്കത്തിൽ മധ്യ തിരുവിതാംകൂറിൽ വോളിബോൾ കളി ജനപ്രീതി നേടി. തുടർന്ന് തിരുവിതാംകൂർ പൊലീസ് വോളിബോൾ ടീം രൂപീകരിച്ചു. ആദ്യകളിക്കാരായിരുന്ന അയ്യാവും, ആദിക്കണ്ണും, നോയൽ രാജും കരുണാകരക്കുറുപ്പും സ്വാമിദാസും എ പി കോയയും മത്തായിയും പറക്കും പരീത്കുഞ്ഞും, ശ്രീധരൻപിള്ളയും ചേർന്ന് പൊലീസിനെ ഇന്ത്യയിലെ പ്രഗൽഭടീമുകളുടെ നിരയിലെത്തിച്ചു. അന്നും മലബാർ ജിംഖാന ടീമായിരുന്നു ഇതര ടീമുകൾക്കെല്ലാം മുഖ്യ എതിരാളി. പുതിയ തലമുറയ്ക്ക് അത്യാധുനിക സൗകര്യങ്ങൾ ഏറെയുണ്ടെങ്കിലും കളിയോടുള്ള താല്പര്യത്തിന് കുറവ് വന്നിട്ടുണ്ട്. കുട്ടികളുടെ പഠനത്തിനു മാത്രം നെട്ടോട്ടമോടുന്ന രക്ഷിതാക്കൾ കുട്ടികളുടെ ശാരീരിക മാനസിക ഉല്ലാസത്തിനെങ്കിലും ഇത്തരം കളിയിൽ ഏർപ്പെടുവാൻ അനുവാദവും അവസരവും നല്കുന്നില്ല. കായികാദ്ധ്വാനത്തിന്റെ കുറവ് കുട്ടികളിൽ വിവിധ ജീവിതശൈലീ രോഗങ്ങൾക്ക് കാരണമാകുന്നു. ഒരു കാലഘട്ടത്തിലെ മികച്ച വോളിബോൾ ടീമുകളായിരുന്ന കാഞ്ഞാർ വിജിലന്റും, മെലബാർ ജിംഖാനയും സെന്റ് ജോർജ് വാഴക്കുളവും, എൻ ആർ സി നടുവണ്ണൂരും, വടകര അസ്സീനയും, ആലുവ ടോർപിഡോസും നാമക്കുഴി സഹോദരിമാരും, കരിക്കാട്ടൂർ സിസ്റ്റേഴ്സും, തോട്ടയ്ക്കാട് വോളി ക്ലബ്ബുമെല്ലാം വോളിബോൾ പ്രേമികളുടെ മനസ്സിൽ ഇന്ന് ഓർമ്മകളായി മാത്രം നിലനില്ക്കുകയാണ്.

ആദ്യ സീനിയർ ദേശീയ വോളിബോൾ ചാമ്പ്യൻഷിപ്പ് 1952 ൽ മദ്രാ
സിൽ നടന്നെങ്കിലും ഈ ചാമ്പ്യൻഷിപ്പിൽ വനിതകളുടെ മത്സരം സംഘ
ടിപ്പിച്ചിരുന്നില്ല. 1953 ൽ ഉത്തർപ്രദേശിലെ ജബൽപൂർ സീനിയർ ദേശീയ
ചാമ്പ്യൻഷിപ്പിലാണ് ആദ്യമായി ഇന്ത്യയിൽ വനിതകൾക്ക് മത്സരം
നടക്കുന്നത്. ഈ കളിയിൽ ഉത്തർപ്രദേശ് ഒന്നാംസ്ഥാനവും മധ്യപ്ര
ദേശ് രണ്ടാം സ്ഥാനവും നേടി. 1955 ൽ കേരളത്തിൽ തിരുവനന്തപു
രത്ത് ദേശീയ ചാമ്പ്യൻഷിപ്പിൽ ജി. മിറാണ്ടയുടെ നേതൃത്വത്തിൽ
മൈട്രിൽ ദൊരൈ രാജ്, റോസമ്മ അലക്സ്, കെ രാധ, നിർമ്മല, രുഗ്മിണി,
വി തങ്കമ്മ എന്നിവരടങ്ങുന്ന ട്രാവൻകൂർ – കൊച്ചിൻ എന്ന പേരിൽ കേരള
വനിതാ ടീം പങ്കെടുത്തു. 1952 മുതൽ നാമക്കുഴി വനിതാ വോളി ടീം
സംസ്ഥാന തലത്തിൽ തിളക്കമാർന്ന അരങ്ങേറ്റം നടത്തിയെങ്കിലും 1957 ൽ
ജോർജ് വർഗ്ഗീസ് എന്ന വ്യക്തി അദ്ധ്യാപകനായി നാമക്കുഴി സ്കൂളിൽ
എത്തിച്ചേർന്നതിനു ശേഷമാണ് ഈ ഗ്രാമവും സ്കൂളും കേരളത്തിന്റെ
കായിക ഭൂപടത്തിൽ ഇത്രയേറെ ശ്രദ്ധയാകർഷിച്ചത്. 1965 ൽ ഷില്ലോങ്
ദേശീയ സ്കൂൾ ഗെയിംസിൽ പെൺകുട്ടികളുടെ കേരള ടീം കിരീടം
നേടി. നാമക്കുഴി സർക്കാർ സ്കൂളിലെ കുട്ടികളായിരുന്ന റോസിലിൻ,
കെ വി സാറാമ്മ, വത്സ എബ്രഹാം, ഏലിയാമ്മ, മേരി, മറിയക്കുട്ടി, കെ
എ ചിന്നമ്മ, അമ്മിണി, ടി എസ് ഗീത എന്നിവർ സംസ്ഥാന തലത്തിൽ
കളിച്ചു തുടങ്ങിയതും ശ്രദ്ധയാകർഷിച്ചു തുടങ്ങിയതും ഇക്കാലത്താണ്.
നാമക്കുഴി സഹോദരിമാരുടെ കൂട്ടത്തിൽ വി കെ ലീല, അന്നക്കുട്ടി, നളിനി,
അച്ചാമ്മ, കെ സി ഏലമ്മ, പി സി ഏലമ്മ, പി കെ ഏലിയാമ്മ എന്നി
ങ്ങനെ നീളുന്ന നാമക്കുഴി പിന്മുറയിലെ താരങ്ങൾ.

ഇതിനുശേഷം കേരളത്തിൽ ഏറ്റവുമധികം വനിതാ വോളിബോൾ
കളിക്കാരെ സംഭാവന ചെയ്തത് കരിക്കാട്ടൂർ അകത്തുപറമ്പിൽ ജോർജ്
തോമസ്സും ഭാര്യ ത്രേസ്യാമ്മയുമാണ്. ഇന്ത്യൻ റെയിൽവേ, കെ എസ്
ആർ ടി സി, വൈദ്യുതിബോർഡ്, കേരളാ പൊലീസ് തുടങ്ങിയ ടീമു
കളിലെ വനിതാ കളിക്കാരിൽ ഏറിയ പങ്കും കരിക്കാട്ടൂർ വോളി കളരി
യിലേതാണ്. 15 ലധികം അന്തർദ്ദേശീയവും 50 ലധികം ദേശീയ തല
ത്തിലും ഉള്ള വനിതാ വോളിബോൾ കളിക്കാരെ ഇവർ സംഭാവന
ചെയ്തു. ഒരു കാലഘട്ടം മുഴുവൻ യാതൊരു സർക്കാർ സഹായവുമി
ല്ലാതെ എഴുപതിലേറെപ്പേരെ ഇന്ത്യയിലെ പ്രധാന സർക്കാർ വകുപ്പുക
ളുടെ വോളിബോൾ ടീമുകളിലും ഇതര സർക്കാർ വകുപ്പുകളിലെ
സ്പോർട്സ് ക്വാട്ടയിലും ജോലി നല്കുന്നതിനു കഴിഞ്ഞു. ഇതിനു സഹാ
യിച്ച ജോർജ് വർഗ്ഗീസ്, ജോർജ് തോമസ് എന്നീ പരിശീലകരെ എക്കാ
ലവും കായിക കേരളം ഓർമ്മിക്കുക തന്നെ ചെയ്യും.

ബീച്ച് വോളിബോൾ

1975 മുതൽ ബീച്ച് വോളിബോൾ ലോകത്താകമാനം പ്രചാരത്തി ലുണ്ട്. സൂര്യപ്രകാശത്തോടൊപ്പം വ്യായാമവും എന്ന ഉദ്ദേശത്തിൽ ആരം ഭിച്ചതിനാൽ ശൈത്യ രാജ്യങ്ങളിലെ കടൽത്തീരങ്ങളിൽ ഈ കളി വളരെ വേഗത്തിൽ പ്രചാരം ലഭിച്ചു. ഇന്ത്യയിൽ ആദ്യമായി 1990 ൽ ബോംബെ കടൽത്തീരങ്ങളിലാണ് ഈ കളി ആരംഭിച്ചത്. കേരളത്തിലെ കടൽത്തീ രങ്ങളിൽ 1925 മുതൽ വോളിബോൾ കോർട്ടുകൾ സജീവമായിരുന്നു. എന്നിട്ടും 2000 ആയപ്പോഴാണ് കേരളത്തിൽ ഈ കളി സജീവമാകു ന്നത്. 2008 ആയപ്പോൾ ഏഷ്യൻ ബീച്ച് വോളിബോൾ ചാമ്പ്യൻഷിപ്പ് ഹൈദ്രാബാദിൽ നടന്നു. കേരളത്തിൽ കൊച്ചി, കോഴിക്കോട്, കണ്ണൂർ കേന്ദ്രീകരിച്ചാണ് താരങ്ങൾ ഉദയം ചെയ്തത്. ടി കെ ശ്രീഷ്, സുനിൽകു മാർ, കെ ഐ യൂസഫ്, പോൾ ജോസഫ്, എന്നിവർ ബീച്ച് വോളിബോൾ അന്തർദ്ദേശീയ, ദേശീയ ചാമ്പ്യൻഷിപ്പുകളിൽ ഇന്ത്യക്കും കേരളത്തിനും വേണ്ടി മെഡലുകൾ നേടിയവരാണ്.

രണ്ട് പേർ മാത്രം കോർട്ട് നിറഞ്ഞ് കളിക്കേണ്ടതിനാലും ഏറെ ആയാസമേറിയതുകൊണ്ടും കായികക്ഷമത കൂടുതലായും ആവശ്യ മായും വരുന്നു. കേരളത്തിൽ വനിതകൾക്കിടയിൽ ബീച്ച് വോളിക്ക് പ്രചാരം വളരെക്കുറവാണ്.

കളി നിയമങ്ങൾ
പ്രധാന ഭേദഗതികൾ (1895–2017)

വോളിബോളിന്റെ ആദ്യ ലിഖിത നിയമങ്ങൾ ഉണ്ടാക്കിയത് വില്യം. ജി മോർഗനാണ്. കളിയെ ആസ്പദമാക്കിയ നിയമപുസ്തകം 1897 ലാണ് ആദ്യമായി പുറത്തിറങ്ങുന്നത്. ഇതര കളികൾക്ക് ഉപയോഗിക്കുന്ന പന്തി നേക്കാൾ താരതമ്യേന ഭാരക്കുറവാണ് വോളിബോളിന്. വികസിപ്പിക്കാ വുന്ന തരത്തിലുള്ള ലെതറിന്റെ പുറംചട്ട ഉപയോഗിച്ചാണ് പന്തിന്റെ നിർമ്മാണം. ഇതിന്റെ ഉള്ളിലുള്ള റബ്ബർ ബ്ലാഡറിലാണ് കാറ്റ് നിറയ്ക്കുന്നത്. ബോളിന് 260 മുതൽ 280 വരെ ഗ്രാം ഭാരവും 65 മുതൽ 67 വരെ സെ മീ ചുറ്റളവും വരും. ബ്ലാഡറിന കത്ത് 0.30 മുതൽ 0.325 Kg/cm^2 വരെ മർദ്ദ ത്തിൽ വായു നിറയ്ക്കാവുന്നതാണ്. സാധാരണയായി FIVB അംഗീകരിച്ച ബോളുകൾ മാത്രമേ അംഗീകൃത കളി കൾക്ക് ഉപയോഗിക്കുവാൻ സാധിക്കുകയു ള്ളൂ. നിവിയ, മിക്കാസ, കോസ്കോ എന്നീ കമ്പനികളുടെ ബോളുകൾക്ക് FIVB അംഗീ കാരം നല്കിയിട്ടുണ്ട്. കൂടാതെ പത്ത് മീറ്റർ നീളത്തിലും ഒരു മീറ്റർ വീതിയി ലുമുള്ള ഒരു നെറ്റ് ഉപയോഗിച്ചാണ് കളിക്കുന്നത്. നെറ്റിന്റെ കണ്ണികൾ തമ്മി ലുള്ള അകലം 10 സെ മീ ആണ്. ഇരുവ ശത്തും അണിനിരക്കുന്ന ടീമുകൾ പന്ത് നിലത്തുവീഴാതെ നെറ്റിനു മുകളിലൂടെ ഇരുവശത്തേക്കും കൈ കൊണ്ട് അടിക്കുന്നു.

കളിസ്ഥലം

warm-up area
appr. 3 x 3 m
1.50 m
team bench
Scorer's table
penalty area
1x1m
team bench
1.50 m
appr. 3 x 3 m
warm-up area
9 m
Service zone
Free zone
min. 3 m (6.50 m)
Libero replacement zone
min. 3 m (5 m)
Back zone
COURT
0.50 m-1 m
Substitution zone
Front zone
Front zone
Playing court
min. 24 m (31 m)
Free zone
1.75 m
Libero replacement zone
Back zone
COURT
min. 3 m (5 m)
1.75 m
A
Free zone
min. 3 m (6.50 m)
9 m
Service zone
min. 15 m (19 m)

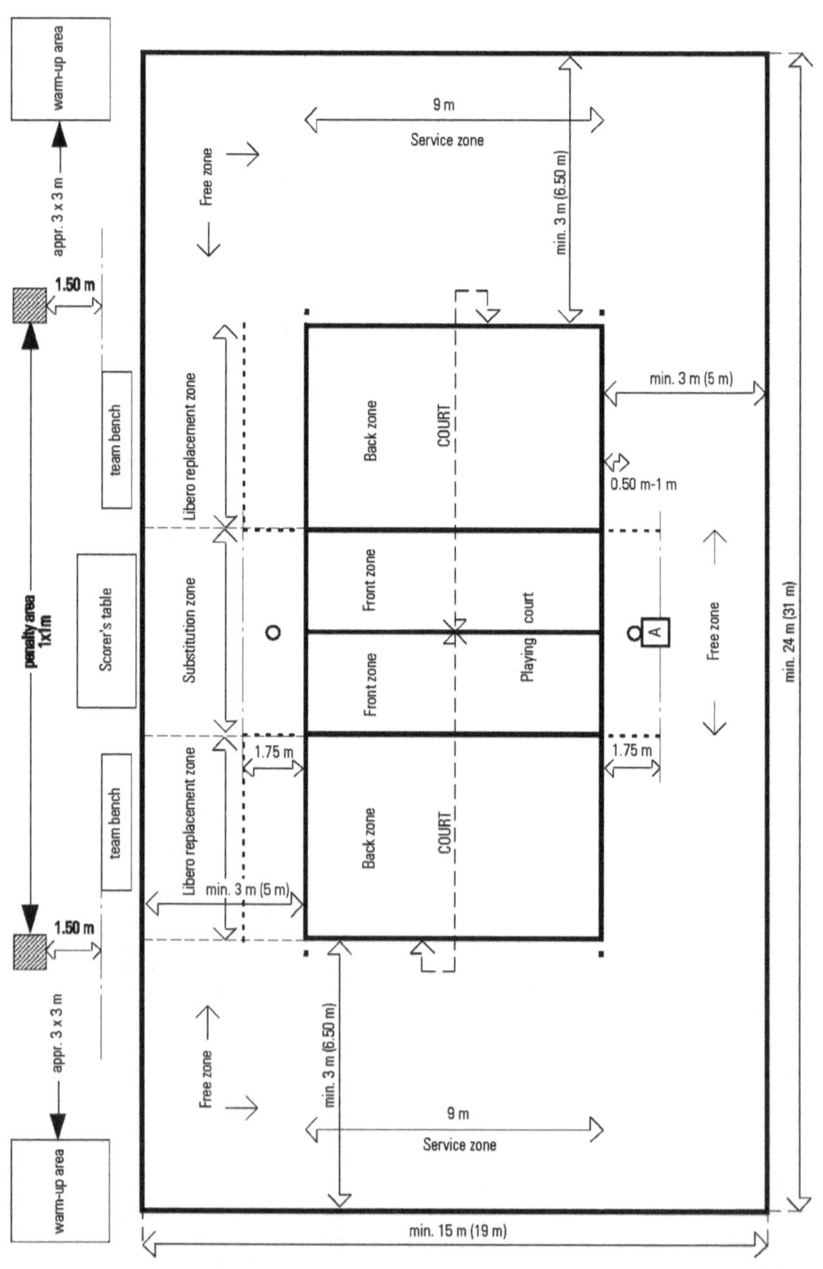

എന്നാൽ കളിയെ ആവേശം കൊള്ളിക്കുന്നതിന്റെ ഭാഗമായി ഇപ്പോൾ കാൽ, തല എന്നിവ ഉപയോഗിച്ചും അത്യാവശ്യഘട്ടങ്ങളിൽ കളിക്കാ വുന്ന തരത്തിൽ നിയമത്തിൽ ഭേദഗതി വരുത്തിയിട്ടുണ്ട്.

പതിനെട്ട് മീറ്റർ നീളവും (സൈഡ്‌ലൈൻ) ഒൻപത് മീറ്റർ വീതിയും (ബാക്ക് ലൈൻ) ഉള്ള കളിസ്ഥലമാണ് വോളിബോൾ കോർട്ടിനായി തെര ഞ്ഞെടുക്കുന്നത്. ഈ സൈഡ് ലൈനിൽനിന്നും 3 മുതൽ 5 മീറ്റർവ രെയും പുറകിലുള്ള ലൈനിൽ നിന്നും 3 മുതൽ 6.50 മീറ്റർ വരെയും നാലു വശങ്ങളിലേക്കും ഉള്ള സ്ഥലവും ചേർന്നതാണ് ആകെ കളി സ്ഥലം. വോളിബോൾ കോർട്ട് തടികൊണ്ടോ, പ്രത്യേകതരം റബ്ബർ ഉപ യോഗിച്ചോ നിർമ്മിച്ചവയായിരിക്കും. കളിസ്ഥലത്തിന്റെ ഒരു വശത്തായി കളി നിയന്ത്രിക്കുന്ന ഒന്നാം റഫറിക്ക് നില ഉറപ്പിക്കുന്നതിനുള്ള സ്റ്റാന്റും മറുവശത്തായി രണ്ടാം റഫറിക്കുള്ള സ്ഥാനവും ക്രമീകരിച്ചിട്ടുണ്ട്. കളി സ്ഥലത്തിന് പുറത്തായി സ്‌കോർ രേഖപ്പെടുത്തുന്നതിനുള്ള മേശയും ഇതിന് ഇരുവശങ്ങളിലായി ഇരുടീമിലേയും കളിക്കാർക്കുള്ള ഇരിപ്പിടവും തയ്യാറാക്കും. ടീം ഇരിക്കുന്നതിന്റെ വശത്തുനിന്നും മാറി 1.50 മീറ്റർ പുറ കിലായി 1x1M മീറ്റർ ചുറ്റളവിൽ പെനാൽറ്റി ഏരിയയും ഇതോടൊപ്പം 3x3 മീറ്റർ ചുറ്റളവിൽ വാമിങ് അപ് ഏരിയയും ക്രമീകരിച്ചിട്ടുണ്ട്. കൂടാതെ രണ്ടാം റഫറിയുടെ വലതും ഇടതും വശങ്ങളിലായി ആദ്യത്തെ മൂന്ന് മീറ്റർ സ്ഥലങ്ങൾ പകരം ഇറങ്ങുന്ന കളിക്കാർക്ക് കളിക്കളത്തിന് അക ത്തേക്കും പുറത്തേക്കും പോകാനും, അടുത്ത ആറ് മീറ്റർ ലിബറോ കളി ക്കാരന് കയറുന്നതിനും ഇറങ്ങുന്നതിനുമായി ക്രമീകരിച്ചിട്ടുള്ളതുമാണ്.

പതിനെട്ട് മീറ്റർ നീളവും ഒൻപത് മീറ്റർ വീതിയും ഉള്ള വോളി ബോൾ കോർട്ടിന്റെ മദ്ധ്യത്തിനു കുറുകെ ഒൻപതു മീറ്റർ വീതിയിൽ സൈഡ് ലൈനിൽനിന്നും 50 സെ മീ മുതൽ 1 മീറ്റർ വരെ മാറി സ്ഥാപി ച്ചിട്ടുള്ളതും 10 സെ മീ ചുറ്റളവുള്ള രണ്ട് പോസ്റ്റുകളിലായി നെറ്റ് കെട്ടുന്നു.

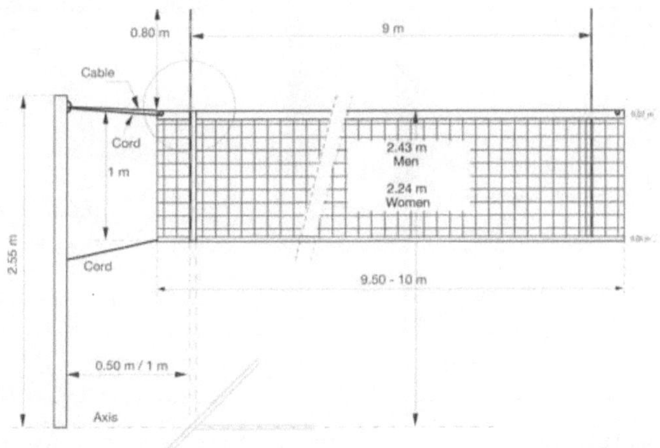

വോളിബോൾ കളിയിൽ നെറ്റിന്റെ ഉയരം പുരുഷന്മാർക്ക് 2.43 സെ മീ ഉം വനിതകൾക്ക് 2.24 സെമീറ്ററായി നിജപ്പെടുത്തിയിട്ടുണ്ട്. നെറ്റിന്റെ രണ്ടറ്റവും മുകളിൽ സൂചിപ്പിച്ച അളവുകളിൽ നിന്ന് 2 സെ മീറ്ററിലധികം ഉയരാൻ പാടില്ല. കൂടാതെ രണ്ടറ്റവും ഒരേ ഉയരത്തിൽ ആയിരിക്കുകയും വേണം. സൈഡ് ലൈനിന് മുകളിലായി നെറ്റിന് സൈഡിൽ രണ്ടറ്റവും 5 സെ മീ വീതിയിൽ ലംബമായി വെള്ള നിറത്തിലുള്ള സൈഡ് ബാന്റ് ഘടിപ്പിച്ചിരിക്കും. ഇരു സൈഡ് ബാന്റുകൾ തമ്മിലുള്ള അകലം 9 മീറ്റർ ആയിരിക്കും. 5 സെ മീ സൈഡ് ബാന്റിന്റെ പുറത്തു വശത്തായി 10 മില്ലിമീറ്റർ ചുറ്റളവും 1.80 സെ മീ നീളവുമുള്ള എളുപ്പത്തിൽ വളയുന്ന (flexiblerod) ആന്റിന സ്ഥാപിക്കും. ഇതിൽ നെറ്റിന്റെ ഭാഗത്തു വരുന്ന ഓരോ മീറ്ററിലും വെള്ളനിറത്തിലും ബാക്കി വരുന്ന 80 സെ മീറ്ററുക ളിൽ 10 സെ മീ നീളത്തിൽ വെള്ള, ചുവപ്പ് എന്നീ നിറങ്ങൾ ഇടവിട്ട് ക്രമീകരിച്ചതായിരിക്കും. നെറ്റിന്റെ മുകളിലൂടെ ഇരുവശത്തേക്കും പന്ത് കടക്കുന്നത് നെറ്റിൽ സ്ഥാപിച്ചിട്ടുള്ള ആന്റിന (flexiblerod) കൾക്കിടയി ലൂടെയാണ്. ഈ ആന്റിനകളിൽ പന്ത് സ്പർശിക്കുകയാണെങ്കിൽ fault ആയി കണക്കാക്കും. നെറ്റിന്റെ മുകൾ ഭാഗത്ത് 7 സെ മീ വീതിയിലും താഴെഭാഗം 5 സെ മീ വീതിയിലും ഉള്ള വെള്ള ബാന്റിലാണ് നിർമ്മിച്ചി രിക്കുന്നത്. നെറ്റിന്റെ അടിയിലായി കോർട്ടിന്റെ സെന്റർലൈൻ വരയ്ക്കും. ഒരു ഗ്രൗണ്ടിന്റെ എല്ലാ അളവുകളും സെന്റർ ലൈനിൽനിന്നാണ് ആരം ഭിക്കുക. സെന്റർ ലൈനിൽനിന്നും മൂന്ന് മീറ്റർ മാറി അറ്റാക്ക് ലൈനും ഇതിൽനിന്ന് ആറ് മീറ്റർ മാറി പുറകിലേക്കുള്ള ലൈനും (Endline) അട യാളപ്പെടുത്തും.

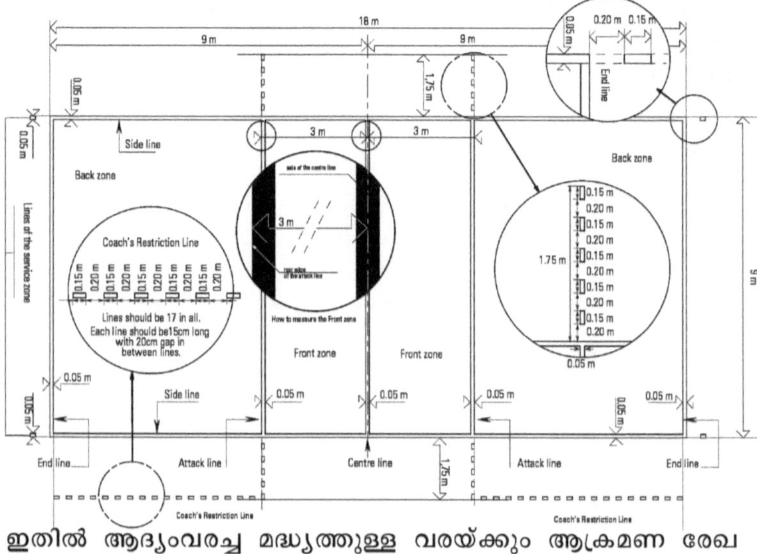

ഇതിൽ ആദ്യംവരച്ച മധ്യത്തുള്ള വരയ്ക്കും ആക്രമണ രേഖ

യ്ക്കും ഇടയ്ക്കുള്ള മൂന്ന് മീറ്റർ സ്ഥലത്തെ ആക്രമണമേഖല (Attack area) എന്നാണ് പറയുന്നത്. പതിനെട്ട് മീറ്റർ നീളമുള്ള വരകളെ സൈഡ്‌ലൈൻ എന്നും ഒൻപത് മീറ്റർ നീളത്തിൽ പുറകിലായി ഗ്രൗണ്ടിന്റെ വീതി കാണിക്കുന്ന രേഖയെ ബാക്ക്‌ലൈൻ (Endline) എന്നും പറയും. പുറകിലെ ലൈനിൽനിന്നും 20 സെ മീറ്റർ മാറി 15 സെ മീറ്റർ നീളമുള്ള രണ്ട് അടയാളം ഇരുവശത്തുമായി സർവ്വീസ് മേഖലയെ അടയാളപ്പെടുത്തുന്നത്. പുറകിലുള്ള വരയിൽനിന്നും സർവ്വീസ് മേഖല 3 മീറ്റർ മുതൽ 6.5 മീറ്റർ വരെ ഉപയോഗിക്കാവുന്നതാണ്. ഗ്രൗണ്ടിൽ കുറഞ്ഞ ചൂട് 16^0 c (61^0F) - ഉം കൂടിയത് 25^0c (77^0F) ഉം, 1000 മുതൽ 1500 വരെ ലെക്സസ് ലൈറ്റ് നിലവാരത്തിലുള്ള സംവിധാനവും ഉണ്ടായി രിക്കണം.

ഒരു വോളിബോൾ ടീമിൽ 12 കളിക്കാരാണുള്ളത്. ഇപ്പോൾ 14 കളി ക്കാരെ സ്കോർ ഷീറ്റിൽ ഉൾപ്പെടുത്താം. (2 ലിബറോ കളിക്കാർ ഉൾപ്പെടെ) ലിബറോ കളിക്കാരന് ഒരിക്കലും ക്യാപ്റ്റൻ ആകാൻ കഴി യില്ല. ഒരു ടീമിലെ ആറു കളിക്കാർക്കാണ് കോർട്ടിൽ കളിക്കാൻ കഴി യുക. ഇതു കൂടാതെ ആറു കളിക്കാരെ വീതം ഓരോ ടീമിലും പകരം കളിക്കാരായി (Substitute Players) ഇറക്കാം. മത്സരം നടക്കുമ്പോൾ 6 കളിക്കാർ മാത്രമേ കോർട്ടിൽ ഉണ്ടാകുവാൻ പാടുള്ളൂ. ഈ കളിക്കാർ കോർട്ടിന്റെ 6 വ്യത്യസ്ത സ്ഥലങ്ങളിലായിരിക്കും നില്‍ക്കുക. ഒരു കളി ക്കാരന് പകരം മാറുന്ന കളിക്കാരന് അതേസെറ്റിൽ ആദ്യം മാറിയ കളി ക്കാരനു പകരമായി വീണ്ടും ഇറങ്ങാവുന്നതാണ്. ഇങ്ങനെ ആറുതവണ ഒരു സെറ്റിൽ കളിക്കാർക്ക് പരസ്പരം മാറാവുന്നതാണ്.

പരിശീലകൻ, സഹപരിശീലകൻ, ട്രെയിനർ, മെഡിക്കൽ ഡോക്ടർ അല്ലെങ്കിൽ ടീം തെറാപ്പിസ്റ്റ് (Approved FIVB) എന്നിവർക്ക് മാത്രമേ

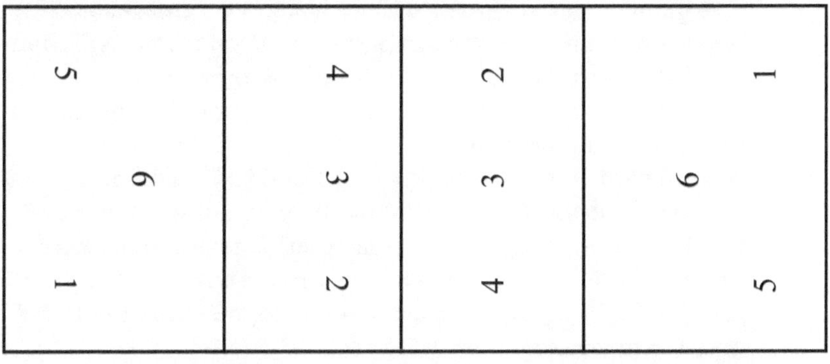

5	4	2	1
6	3	3	6
1	2	4	5

ടീമിനൊപ്പം ഗ്രൗണ്ടിൽ പ്രവേശിക്കുവാൻ അനുമതിയുള്ളൂ. കളിസമയ ങ്ങളിൽ ഒന്നാം റഫറിയോട് എന്തെങ്കിലും ചോദിക്കുന്നതിനുള്ള അനു വാദം ക്യാപ്റ്റന് മാത്രമാണുള്ളത്. പരിശീലകനോ ക്യാപ്റ്റനോ കളി നടക്കുമ്പോൾ കളിസ്ഥലം വിട്ട് പോകണമെങ്കിൽ ക്യാപ്റ്റൻ ഒന്നാം റഫ

റിയോട് അനുമതി വാങ്ങണം. റബ്ബർ അഥവാ ലെതർ സോൾ ഉള്ള പൊക്ക മില്ലാത്ത ഷൂ കളിക്ക് ഉപയോഗിക്കാം. 1 മുതൽ 20 വരെ നമ്പരുള്ള ഒരേ ഡിസൈനുകളിലുള്ള യൂണിഫോം കളിക്കാർക്ക് ഉപയോഗിക്കാവുന്ന താണ്.

സർവ്വീസ് ചെയ്തുകൊണ്ടാണ് മത്സരങ്ങൾ ആരംഭിക്കുന്നത്. 25 പോയിന്റുള്ള 4 സെറ്റുകളും 15 പോയിന്റുകളുള്ള ഒരു സെറ്റും ഉൾപ്പെടെ 5 സെറ്റുകളിലാണ് കളി അവസാനിക്കുന്നത്. ഒന്നാം റഫറി ടോസ് ചെയ്തുകൊണ്ടാണ് ഏത് ടീമാണ് ആദ്യം സർവ്വീസ് ചെയ്യേണ്ടതെന്നും അല്ലെങ്കിൽ പന്ത് സ്വീകരിക്കുക, കോർട്ട് എന്നിവ തീരുമാനിക്കുന്നത്. ആദ്യകാലത്ത് സർവ്വീസുകളിലൂടെ നേടുന്ന പോയിന്റിന്റെ അടിസ്ഥാന ത്തിലാണ് വിജയികളാവുന്നതെങ്കിൽ ഇന്ന് കളിക്കാരുടെ പിഴവിന്റെ അടി സ്ഥാനത്തിലും പോയിന്റ് നേടാവുന്നതാണ്. അന്താരാഷ്ട്ര നിയമങ്ങൾ അനുസരിച്ചാണ് കളി നിയന്ത്രിക്കുന്നത്.

കളിയെ നിയന്ത്രിക്കുന്നതിന് ഒന്നാം റഫറി, രണ്ടാം റഫറി, സ്കോറർ, അസിസ്റ്റന്റ് സ്കോറർ, രണ്ട് ലൈൻ റഫറിമാർ എന്നിങ്ങനെ 6 ഒഫിഷ്യൽസാണ് ഉള്ളത്. ലൈൻ റഫറിമാർ, അന്തർദ്ദേശീയ നിലവാ രമുള്ള കളികളിൽ നാലുപേരേയും ആവശ്യമായി വരാറുണ്ട്.

പ്രധാനപ്പെട്ട നിയമഭേദഗതികൾ (1895-2017)

വില്യം ജി മോർഗൻ 1895 ൽ രൂപപ്പെടുത്തിയ ആദ്യകാല വോളി ബോൾ നിയമങ്ങളുടെ കൈയെഴുത്ത് പ്രതിയിലെ പ്രധാന ഭാഗങ്ങൾ.

1. കോർട്ടിന്റെ അളവ് 25 × 25 അടി
2. നെറ്റിന്റെ ഉയരം 6 അടി 6 ഇഞ്ച്
3. എത്ര കളിക്കാരെ വേണമെങ്കിലും ടീമിൽ അനുവദിക്കാം
4. സർവ്വീസിനു മുൻപ് എതിർ ടീമിന്റെ അനുവാദം വാങ്ങണം.
5. ആദ്യ സർവ്വീസ് പുറത്തുപോകുന്നപക്ഷം ടെന്നീസ് കളിയിലെ പോലെ രണ്ടാമതൊരു സർവ്വീസ് കൂടെ അനുവദിക്കാം.
6. കോർട്ടിന്റെ ഇരുവശത്തും എത്രപ്രാവശ്യം വേണമെങ്കിലും പന്തിൽ സ്പർശിക്കാവുന്നതാണ്.
7. നെറ്റിൽനിന്ന് 4 അടി ദൂരം വരെ കളിക്കാർക്ക് പന്ത് വായുവിൽ തട്ടി തട്ടി നിർത്താൻ (എയർ ട്രിബിൾ) അനുവദിക്കാവുന്നതാണ്.
8. നെറ്റിൽ തൊടുന്ന ഏതു പന്തും ഔട്ടായി കണക്കാവുന്നതാണ്.
9. സർവ്വീസ് സ്വീകരിക്കുന്ന ടീമിന്റെ ഏത് അപാകതയും (പന്ത് കോർട്ടിൽ വീഴുക, തട്ടി പുറത്താവുക) സർവ്വീസ് ടീമിന്റെ പോയിന്റ് ആയി കണക്കാക്കും.
10. സർവ്വീസ് ചെയ്യുന്ന ടീമിന്റെ അപാകതകൾ (പന്ത് സ്വന്തം കോർട്ടിൽ വീഴുക, പുറത്തു പോകുക (ആദ്യ സർവ്വീസ് ഒഴികെ) സൈഡ് ഔട്ടായി പരിഗണിക്കാവുന്നതാണ്.
11. കളിയുടെ ദൈർഘ്യം പതിനൊന്ന് ഇന്നിങ്സ് ആയിരിക്കും. ഓരോ

ടീമിനും മൂന്ന് സർവ്വീസ് വീതം ഉള്ളതാണ് ഒരു ഇന്നിങ്സ്.

1900

1. നെറ്റിന്റെ ഉയരം 7 അടി 6 ഇഞ്ച് ആയി ഉയർത്തി.
2. "ട്രിബ്ലിങ് ലൈൻ" ഒഴിവാക്കി.
3. ഇന്നിങ്സ് ഒഴിവാക്കി പകരം ഓരോ സൈഡ് ഔട്ടിനും സർവ്വീസ് മാറ്റം കൊണ്ടുവന്നു.
4. കളിയുടെ ദൈർഘ്യം 21 പോയിന്റുകളാക്കി.

1912

1. കളിക്കളത്തിന്റെ അളവ് 30×60 അടിയാക്കി.
2. ഓരോ വശത്തും കളിക്കാരുടെ എണ്ണം ആറ് ആക്കി നിജപ്പെടുത്തി.
3. ഓരോ വശത്തും നെറ്റിന് മറുഭാഗത്തേക്ക് കടത്തുന്നതിന് മുൻപ് മൂന്ന് തവണ മാത്രമേ പന്തിൽ സ്പർശിക്കാവൂ എന്ന നിബന്ധന കൊണ്ടു വന്നു.
4. സർവ്വീസിനു മുൻപ് ടീം കറങ്ങണം (റൊട്ടേഷൻ) എന്ന വ്യവസ്ഥയും വന്നു.

1916

1. കളിയുടെ ദൈർഘ്യം 21 പോയിന്റിൽനിന്നും 15 പോയിന്റുകളാക്കി ചുരുക്കി.
2. മൂന്നു സെറ്റിൽ 2 എണ്ണം നേടുന്ന ടീം വിജയികളായി.
3. നെറ്റിന്റെ ഉയരം 8 അടിയായി ഉയർത്തി.
4. കളിക്കാരുടെ റൊട്ടേഷൻ അനുസരിച്ചുള്ള സർവ്വീസ് ഊഴങ്ങളും നിലവിൽ വന്നു.
5. സർവ്വീസ് നെറ്റിലോ പുറത്തുള്ള മറ്റ് വസ്തുക്കളിലോ തട്ടിയാൽ ഔട്ട് ആയി പരിഗണിച്ചു തുടങ്ങി.
6. ഒരു സർവ്വീസ് ഔട്ടായാൽ ടെന്നീസ് കളിയിലെ പോലെ വീണ്ടും സർവ്വീസ് അനുവദിച്ചിരുന്നത് നിർത്തലാക്കി.
7. പന്ത് കൈകളിൽ റെസ്റ്റ് ചെയ്യൽ അനുവദനീയമല്ലാതാക്കി.
8. "ഡബിൾ ടച്ച്" അനുവദനീയമല്ലാതാക്കി.
9. പന്ത് അരയ്ക്ക് മുകളിൽ ഉള്ള പൊസിഷനിൽ മാത്രമേ കളിക്കാൻ പാടുള്ളൂ എന്നാക്കി.

1922

1. കോർട്ടിന്റെ മദ്ധ്യഭാഗത്ത് "സെന്റർലൈൻ" വരച്ചു തുടങ്ങി.
2. ഏതു വിധേനയായാലും നെറ്റിനു മുകളിൽ കളിക്കാരൻ ഉയരുന്നത് അനുവദനീയമല്ലാതാക്കി.

3. പിൻനിരയിലെ കളിക്കാർ അറ്റാക്ക് ചെയ്യുന്നത് അനുവദനീയമല്ലാ
    താക്കി.
4. 14-14 എന്ന നിലയിൽ സമനില പാലിക്കുമ്പോൾ വിജയത്തിനായി
    ഒരു ടീം തുടർച്ചയായി രണ്ടു പോയിന്റുകൾ നേടണം.

1923

1. പിൻനിരയിലെ വലതുവശത്തെ കളിക്കാരൻ സർവ്വീസ് ചെയ്യണ
    മെന്ന വ്യവസ്ഥ നിലവിൽ വന്നു.

1925

1. നെറ്റിന്റെ ഇരുവശങ്ങളിലുള്ള ലൈനിലൂടെ പന്ത് നെറ്റ് കടക്കാൻ
    പാടില്ല.
2. ഒരു സെറ്റിൽ രണ്ട് ടൈംഔട്ടുകൾ അനുവദിച്ചു.
3. 14-14 എന്ന സമനിലയിൽനിന്ന് വിജയം നേടാൻ രണ്ട് പോയിന്റ്
    അധികം മതി എന്ന നിലയിൽ നിയമം ലഘൂകരിച്ചു.

1928

1. നാല് തരത്തിലുള്ള നിയമാവലികൾ നിലവിൽ വന്നു.
    1. ഔദ്യോഗിക നിയമങ്ങൾ.
    2. കളിക്കളത്തിനായുള്ള പരിഷ്കരിച്ച നിയമങ്ങൾ.
    3. ലഘൂകരിക്കപ്പെട്ട നിയമങ്ങൾ.
    4. പെൺകുട്ടികൾക്കും സ്ത്രീകൾക്കുമായുള്ള നിയമങ്ങൾ

1932

1. കളിക്കളത്തിലെ ''സെന്റർ ലൈൻ'' പരിധിയില്ലാത്ത വിധം നീളം
    കൂട്ടാൻ അനുവദിച്ചു.
2. പന്തിനായി കളിക്കാർക്ക് കോർട്ടിന് പുറത്തേക്ക് പോകുവാൻ അനു
    മതി നല്കി.
3. ഓരോ കളിക്കാർക്കും അനുവദിക്കപ്പെട്ടിട്ടുള്ള പൊസിഷൻ പര
    സ്പരം മാറാനോ പുറത്തേക്ക് മാറാനോ പാടില്ല എന്ന നിയമം
    വന്നു.

1935

1. കളിക്കളത്തിന്റെ ഓരോ വശത്തും കളിക്കാരുടെ സ്ഥലപരിധികൾ
    അടയാളപ്പെടുത്തുന്നതിന് ക്രോസിങ് അടയാളങ്ങൾ രേഖപ്പെടുത്തി.
2. സർവ് ചെയ്യുന്നയാളിനെ, എതിർ ടീമിന്റെ കാഴ്ചയിൽനിന്ന് മറ

യ്ക്കുന്നത് അനുവദനീയമല്ല.

3. സ്വന്തം വശത്ത് പന്ത് വരുന്നതുവരെ കളിക്കാർ അവരവരുടെ ഭാഗ ങ്ങൾക്ക് പുറത്ത് പോകരുത്.

4. നെറ്റിൽ തൊടുന്നത് "ഫൗൾ" ആയി,

5. കളിക്കാരൻ ഗ്രൗണ്ടിൽ പൂർവ്വ സ്ഥിതിയിൽ എത്തുമ്പോൾ മാത്രമേ കളി പൂർണ്ണമാവുകയുള്ളൂ (കണ്ടിന്യൂയേഷൻ റൂൾ).

6. കളിസമയത്ത് എതിർ കളിക്കാരന് നേരെയുള്ള ബോധപൂർവ്വമാ യിട്ടുള്ള ആക്രോശങ്ങളും, ശബ്ദമുണ്ടാക്കലും അനുവദനീയമല്ല.

1937

1. ഒരു ഗെയിമിൽ ഒരു തവണ മാത്രമേ കോർട്ടിലേക്ക് പുനഃപ്രവേ ശനം അനുവദിക്കുകയുള്ളൂ.

2. ഒരു കഠിനമായ അറ്റാക്ക് എടുക്കുമ്പോൾ കോണ്ടാക്ട് ഡബിളായാൽ അത് അനുവദനീയമാണ്.

1938

1. അടുത്തടുത്ത പൊസിഷനുകളിൽ കളിക്കുന്ന ഒന്നോ രണ്ടോ കളി ക്കാർക്ക് "ബ്ലോക്ക്" ചെയ്യാനുള്ള അനുവാദം നല്കി. (ബ്ലോക്കിനെ സംബന്ധിച്ച ആദ്യനിയമങ്ങൾ നിലവിൽ വന്നു)

1942

1. കാൽമുട്ടുകൾക്ക് മുകളിലുള്ള ഏത് ശരീരഭാഗം കൊണ്ടും പന്ത് കളിക്കാം എന്ന നിയമം നിലവിൽ വന്നു.

1947

1. ബ്ലോക്ക് ചെയ്യുന്നതിനായി മുൻനിരയിലുള്ള മൂന്ന് കളിക്കാർക്ക് മാത്രം പരസ്പരം മാറാവുന്ന വ്യവസ്ഥ നിലവിൽ വന്നു.

1949

1. സമയപരിധി നിശ്ചയിച്ചുകൊണ്ടുള്ള ഗെയിംസ് നിലവിൽ വന്നു. (8 മിനിറ്റ്സ് കളി)

2. വിജയികൾ രണ്ട് പോയിന്റ് വ്യത്യാസത്തിൽ കളി നേടിയിരിക്ക ണം.

3. മൂന്ന് മുൻ നിരയിലുള്ള കളിക്കാർ ചേർന്നുള്ള "ബ്ലോക്ക്" അനുവദിച്ചു.

1950

1. വ്യക്തമായി കൈകളിൽനിന്നും ഉയരാത്ത പന്തുകളെ 'റെസ്റ്റ്' ആയി കണക്കാക്കും.

1951

1. പിൻനിരയിൽനിന്നും 'അറ്റാക്ക്' ചെയ്യാൻ അനുവദിച്ചു. ഇവർക്ക് ഈ സമയം മുൻനിരയിൽ കടക്കാൻ അനുവാദമില്ല.

1952

1. ഏതു കളിക്കാരനും "ബ്ലോക്ക്" ചെയ്യാനുള്ള അനുവാദം നല്കി.
2. 7 അടി 6 ഇഞ്ച് എന്ന ദൂരത്തിൽ അറ്റാക്ക് ലൈൻ പരിധി നിശ്ച യിച്ചു.
3. ബാക്ക്ലൈൻ അറ്റാക്കർ ഒഴികെ ഏത് കളിക്കാരനും ഏത് പൊസി ഷനിലും കളിക്കാൻ അനുവാദം നല്കി.
4. ബ്ലോക്ക് ചെയ്യുന്ന ആൾ പന്ത് കൈയിൽ തട്ടിയോ ഇല്ലയോ എന്ന് വ്യക്തമാക്കുന്ന സിഗ്നൽ വ്യവസ്ഥ കൊണ്ടു വന്നു.

1953

1. പകരക്കാരന് ഒരു തവണയ്ക്കു പകരം രണ്ടു തവണ ഗെയിമിൽ കടക്കാം എന്ന വ്യവസ്ഥ നിലവിൽ വന്നു.
2. കളിക്കാർക്ക് ശരീരത്തിന്റെ ഏതുഭാഗവും പന്ത് സ്പർശിക്കുവാ നുള്ള അനുവാദം നല്കി.

1954

1. സർവ്വീസ് മറയ്ക്കുന്നത് അനുവദനീയമാക്കി.

1956

1. റൊട്ടേഷൻ ഓർഡറിൽ കളിക്കാർക്ക് കോർട്ടിന്റെ ഏതു ഭാഗത്തും നില്ക്കുവാനുള്ള അധികാരം നല്കി.

1957

പരീക്ഷണാടിസ്ഥാനത്തിൽ ചില നിയമങ്ങളിൽ മാറ്റം വരുത്തി.
1. ഏത് പ്രതിബന്ധങ്ങൾക്കുമിടയിലും പന്ത് കളിക്കുവാനുള്ള അനു വാദം നല്കി.
2. അണ്ടർഹാന്റ് പന്തുകൾ കളിക്കുമ്പോൾ ആറ് വിരലുകളും മുറുകെ പിടിച്ചിരിക്കണം എന്ന വ്യവസ്ഥ നിലവിൽ വന്നു.

1959

1. സർവ്വീസ് ചെയ്യുന്ന കളിക്കാരൻ കൈ ഉയർത്തി വേണം സർവ്വീ സിനായി പോകേണ്ടത്.

1960

1. കളിസമയത്ത് കൈയുറകൾ ധരിക്കുവാൻ അനുവദിച്ചു.

1965

1. സർവ്വീസ് മറയ്ക്കുന്നത് നിരോധിച്ചു.

1966

1. പന്തിനെ സ്പർശിക്കുകയോ, കളിയെ ബാധിക്കുകയോ ചെയ്യാതെ ബ്ലോക്കേഴ്സിന്റെ കൈവിരലുകൾ നെറ്റ്ക്രോസ് ചെയ്യുന്നത് അനു വദിച്ചു.

1968

അന്താരാഷ്ട്ര നിയമങ്ങൾ കൊണ്ടുവരുന്നതിനുള്ള മുന്നൊരുക്കങ്ങൾ പൂർത്തിയായി

1. സർവ്വീസ് ചെയ്യുമ്പോൾ പന്ത് വായുവിൽ ഉയർത്തിയിടണം.
2. അറ്റാക്ക്ലൈൻ നെറ്റിൽനിന്നും 10 അടി അകലത്തേക്ക് മാറ്റി.
3. പിൻനിര അറ്റാക്കർക്ക് പിൻനിരയിൽനിന്നും ചാടി മുൻനിരയിൽ നില്ക്കാനുള്ള അനുവാദം നല്കി.
4. അറ്റാക്കർ പന്ത് തൊട്ടതിനുശേഷം മാത്രമേ ബ്ലോക്കേഴ്സിന് നെറ്റിന് കുറുകെ കൈകൾ കൊണ്ടു വരാൻ പാടുള്ളൂ എന്ന വ്യവസ്ഥ നില വിൽ വന്നു.
5. മൂന്നിൽ കൂടുതൽ കളിക്കാർ ബ്ലോക്കേഴ്സിന്റെ പൊസിഷനിൽ ഉണ്ടായിരിക്കരുതെന്ന വ്യവസ്ഥയിൽ പിൻനിരയിലുള്ള ഒരാൾക്കും ബ്ലോക്കറായി കളിക്കാം എന്ന് മാറ്റം വരുത്തി.
6. പന്ത് അരയ്ക്കുമുകളിലുള്ള പൊസിഷനിൽ തന്നെ കളിച്ചിരിക്കണം.

1969

1. മുൻനിരയിലുള്ള കളിക്കാർക്ക് മാത്രമേ ബ്ലോക്ക് ചെയ്യാനുള്ള അധി കാരമുള്ളൂ എന്ന വ്യവസ്ഥ നിലവിൽ വന്നു.
2. ഒരു കളിയിൽ 12 സബ്സ്റ്റിറ്റ്യൂഷൻ വ്യവസ്ഥ നിലവിൽ വന്നു.

1970

1. മധ്യഭാഗത്തുള്ള വരയുടെ വീതി നാല് ഇഞ്ചായി ഉയർത്തി.

2. സർവ്വീസ് ചെയ്യുമ്പോൾ പന്ത് വായുവിൽ ഉയർത്തി ഇടേണ്ട നിർബ്ബ സ്ഥമില്ല എന്നാക്കി.

1974

1. നെറ്റിന് മുകളിലായി "ആന്റിന"കൾ വയ്ക്കുന്നത് നിയമമാക്കി. സൈഡ് ലൈനിൽനിന്നും ഒരു പന്ത് അളവ് അകലെ നെറ്റിനു മുക ളിൽ ആന്റിനയുടെ സ്ഥാനം നിശ്ചയിച്ചു.
2. പന്തിന്റെ നിശ്ചലാവസ്ഥയിൽ ആ കളി അവസാനിച്ചതായി നിയമം വന്നു.
3. കളിക്കളത്തിൽ കയറുന്നത് ഒരു എൻട്രിയായി കണക്കാക്കിക്കൊണ്ട് കളിക്കാർക്ക് ഒരു ഗെയിമിൽ മൂന്ന് എൻട്രി മാത്രം അനുവദിച്ച് നിയമം വന്നു.
4. ബ്ലോക്കിനുശേഷം മൂന്ന് ടച്ചുകൾ അനുവദിച്ചു.

1976

അന്താരാഷ്ട്ര നിയമങ്ങളുടെ വ്യവസ്ഥകൾ നിലവിൽ വന്നു

1. മെട്രിക് അളവുകൾ നിലവിൽ വന്നു. (ഉദാഹരണം: കോർട്ടിന്റെ അളവ് 30×60 എന്നത് 9×18 മീറ്റർ, നെറ്റിന്റെ ഉയരം പുരു ഷൻമാർക്ക് 2.43 മീറ്റർ, സ്ത്രീകൾക്ക് 2.24 മീറ്റർ)
2. മദ്ധ്യഭാഗത്തെ വരയുടെ വീതി 5 സെ മീ ആക്കി ചുരുക്കി.
3. ആന്റിനയുടെ സ്ഥാനം സൈഡ് ലൈനുകൾക്ക് അനുസൃതമായി നെറ്റിന്റെ മുകളിലാക്കി.
4. അഞ്ച് സെറ്റ് ഗെയിമുകളിൽ മൂന്ന് സെറ്റ് ഗെയിമുകൾ വിജയിക്കുന്ന ടീം വിജയികളാകുന്ന നിയമം വന്നു.
5. ഒരു ടീമിൽ ആറ് തവണ പകരക്കാരനെ, ഒരു കളിക്കാരന് ഒരു തവണ മാത്രം മാറ്റാം എന്ന വ്യവസ്ഥ നിലവിൽ വന്നു.
6. പന്ത് സർവ്വീസ് ചെയ്യുന്നതിന് മുൻപ് തന്നെ കൈകളിൽനിന്ന് സ്വത ന്ത്രമാക്കിയിരിക്കണം.
7. സീലിങ്, മറ്റേതെങ്കിലും വസ്തുക്കളിൽ പന്ത് തട്ടിയാൽ കളി അവ സാനിച്ചതായി കണക്കാക്കും.
8. ബ്ലോക്കിനെ ഒരു ടീമിന്റെ അനുവദനീയമായ മൂന്ന് ടച്ചുകളിൽ നിന്നും ഒഴിവാക്കി.
9. ഏത് തരത്തിലുള്ള ഡബിൾ ടച്ചും അനുവദിച്ചു.

1984

1. എതിർകോർട്ടിൽനിന്നും വരുന്ന പന്തുകളിൽ 'അണ്ടർഹാന്റ്'

പാസിൽ ബോധപൂർവ്വമല്ലാത്ത ഒന്നിലധികം ടച്ച് ആകാം. എന്നാൽ അപ്പർ ആം പാസുകളിൽ ഡബിൾ പാടില്ല.

2. അണ്ടർഹാന്റ് പാസ് ഡബിൾ കോൺടാക്ട് അനുവദിച്ചു

3. സർവ്വീസ് ബോൾ ബ്ലോക്ക് ചെയ്യുന്നതും അറ്റാക്ക് ചെയ്യുന്നതും നിരോധിച്ചു.

1988

1. 5-ാമത്തെ സെറ്റ് "റാലി പോയിന്റ്" സ്കോറിങ് നിയമം നിലവിൽ വന്നു.

2. 17 പോയിന്റിന് കളിപൂർണ്ണമാകുന്ന നിയമം നിലവിൽ വന്നു. (17-16 എല്ലാ സെറ്റുകളും)

1990

1. നെറ്റിന്റെ മുകളിലുള്ള ഉയരത്തിൽനിന്നൊഴികെ മറ്റൊരു സാഹചര്യ ത്തിലും സർവ്വീസ് പന്ത് അറ്റാക്ക് ചെയ്യാൻ പാടില്ല.

2. ടൈം-ഔട്ട് സമയത്ത് എല്ലാ കളിക്കാരും കോച്ചിന് അടുത്ത് ടീം ബഞ്ചിനു സമീപത്തായി എത്തിച്ചേരണം എന്ന നിയമം വന്നു.

1994

1. കളിക്കാരന് അധികമായ ആനുകൂല്യം ലഭിക്കുന്നില്ല എന്ന് റഫ റിക്ക് ബോദ്ധ്യപ്പെട്ടാൽ കൃത്രിമ കൈകാലുകൾ ധരിക്കുവാനുള്ള അനുവാദം നല്കി നിയമം വന്നു.

2. കാൽമുട്ടിന് മുകളിലുള്ള ഏത് ഭാഗം കൊണ്ടും പന്ത് സ്പർശിക്കു വാനുള്ള അനുവാദം നല്കി.

3. കളി പര്യവസാനിപ്പിക്കുന്ന ഗെയിമിയിൽ പോയിന്റ് ലിമിറ്റ് ആവ ശ്യമില്ലെന്നും എന്നാൽ 2 പോയിന്റ് വിജയികൾക്ക് അധികമാക ണമെന്നും നിയമം വന്നു.

1996

1. പുറകുവശത്തെ 9 മീറ്റർ വീതിയും (എൻഡ്ലൈൻ) സർവ്വീസ് ഏര്യ ആയി അനുവദിച്ചു.

2. ശരീരത്തിന്റെ ഏതുഭാഗം കൊണ്ടും പന്ത് തൊടുന്നതിനുള്ള അനു വാദം നല്കി.

3. ആദ്യ 4 സെറ്റുകളിൽ 60 സെക്കന്റ് ദൈർഘ്യമുള്ള ടെക്നിക്കൽ ടൈംഔട്ട് സ്ഥാപിക്കപ്പെട്ടു.

1998

1. സർവ്വീസ് ചെയ്യുന്നതിനായി ബോൾ ഒരു പ്രാവശ്യം മാത്രമേ ഉയർത്തിയിടാൻ പാടുള്ളൂ.

1999

1. എല്ലാ സെറ്റുകളുടെ സ്കോറിങ്ങും "റാലി പോയിന്റ്" സിസ്റ്റത്തി ലേക്ക് മാറ്റി. നോൺ ഡിസൈഡിങ് സെറ്റുകൾ 25 പോയിന്റും ഡിസൈഡിങ് സെറ്റ് 15 പോയിന്റും ആയി തീരുമാനിച്ചു.
2. ഒരു "ലിബറോ"യെ കളിപ്പിക്കാൻ അനുമതി നല്കി.
3. സർവ്വീസിന് വിസിൽ നല്കി സർവ്വീസ് ചെയ്യുന്നതിനുള്ള സമയം 8 സെക്കന്റാക്കി നിജപ്പെടുത്തി.

2000

1. അറ്റാക്ക് ലൈനിന്റെ നീളം 15 സെ മീ നീളമുള്ള 5 ചെറിയ ലൈനു കളിലൂടെ 175 സെ മീ, കോർട്ടിന് പുറത്തേക്ക് വരത്തക്കവിധം നീളം കൂട്ടി.

2001

1. സർവ്വീസ് ചെയ്യുമ്പോൾ പന്ത് നെറ്റിൽ തൊടാൻ അനുമതി നല്കി.

2002

1. കളി സമയത്ത് കോച്ചിന് കളിക്കളത്തിൽ കളി തടസ്സപ്പെടാത്തവിധം കളിക്കാർക്ക് നിർദ്ദേശങ്ങൾ നല്കാൻ അനുമതി നല്കി.
2. കളിക്കാരൻ ബോളിനൊപ്പമല്ലാത്തപ്പോൾ ഉണ്ടാകുന്ന "നെറ്റ് ടച്ച്" ഫൗളുകൾ അല്ലാതാക്കി.

2005

1. അസിസ്റ്റന്റ് സ്കോറർ എന്ന ഒരു ഒഫിഷ്യലിനെ കൂടി ഉൾപ്പെടു ത്തി.
2. ലിബറോയുടെ മാറ്റം രേഖപ്പെടുത്തുന്നതിനായി സ്കോർ കാർഡ് ഉൾപ്പെടുത്തി.

2007

1. മത്സര സമയത്ത് കോർട്ടിന് 1.75 മീറ്റർ വെളിയിൽ രേഖപ്പെടുത്തി യിരിക്കുന്ന ലൈനിനു പുറത്ത് നിന്നു മാത്രമേ നിർദ്ദേശങ്ങൾ നല്കാവൂ.

2. ഒരു കളിക്കാരന്റെ കാലോ കൈയോ പൂർണ്ണമായും എതിർകോർട്ടിൽ എത്തിയാൽ മാത്രമേ ഫൗൾ ആയി പരിഗണിക്കുകയുള്ളൂ.

2009

1. ഫ്രീസോൺ, സൈഡ് ലൈനിൽനിന്നും 5 മീറ്ററും, ബാക്ക് ലൈനിൽ നിന്നും 8 മീറ്ററും അനുവദിച്ചു.

2. മൂന്ന് ബോൾ സിസ്റ്റം (3 Ball System) നിലവിൽ വന്നു.

3. കോച്ച്, അസി.കോച്ച്, ട്രെയിനർ, മെഡിക്കൽ ഡോക്ടർ എന്നിവരെ കളിസമയത്ത് കോർട്ടിനു സമീപത്ത് അനുവദിച്ചു.

4. കളിക്കാരുടെ ജേഴ്സി നമ്പരുകൾ ഇന്ത്യക്കകത്ത് 1 മുതൽ 18 വരെ യും, ഇന്റർനാഷണൽ തലത്തിൽ 1 മുതൽ 20 വരെയും നമ്പരു കൾ ചാമ്പ്യൻഷിപ്പുകളിൽ അനുവദിച്ചു.

5. നെറ്റ് പ്രാക്ടീസ് (വാമിങ്-അപ്പ്) ഇരുടീമുകളും ഒരുമിച്ച് ചെയ്യുന്ന തെങ്കിൽ 10 മിനിട്ടും, ടീമുകൾ വ്യത്യസ്ത സമയത്താണ് ചെയ്യുന്ന തെങ്കിൽ 6 മിനിട്ടും അനുവദിച്ചു.

6. ടോപ്പ് ബാന്റ് മാത്രം നെറ്റ് ടച്ച് അനുവദിച്ചു.

7. സെക്കന്റ് റഫറിക്ക് വിസിൽ ചെയ്യുന്നതിനുള്ള അനുവാദം ബ്ലോക്ക് മാത്രമാക്കി.

8. സബ്സ്റ്റിറ്റ്യൂഷന് ബസർ അമർത്തി സിഗ്നൽ കാണിക്കുന്ന രീതി നിലവിൽ വന്നു.

9.   Sanction Cards

Warning : Verbal or Hand signal, No card

Penalty : Yellow Card

Expulsion : Redcard

Disqualification: Yellow + Red card (Jointly)

2015

1. ഫ്രീസോൺ, സൈഡ് ലൈനിൽനിന്നും 5 മീറ്ററും, ബാക്ക് ലൈനിൽ നിന്നും 6.5 മീറ്ററുമായി ക്രമീകരിച്ചു.

2. അഞ്ച് ബോൾ സിസ്റ്റം (Five Ball System) നിലവിൽ വന്നു.

3. എല്ലാ നെറ്റ് ടച്ചുകളും ഫാൾട്ട് ആക്കി

4. രണ്ട് ടീമുകൾക്കും നെറ്റ് പ്രാക്ടീസ് 10 മിനിറ്റ് മാത്രമാക്കി.

5. സബ്സ്റ്റിറ്റ്യൂഷൻ സോണിൽ ബസർ, സിഗ്നൽ എന്നിവ ഒഴിവാക്കി.

6. കളിക്കാരുടെ ജേഴ്സി നമ്പർ 1 മുതൽ 20 വരെയുള്ള അക്കങ്ങ ളാക്കി.

7. Sanction Cards

Warning :   Stage 1   : Verbal Warning
                   Stage 2: Yellow Card
                   Penality Red Card
                   Expulsion   Red + Yellowcards Jointly
                   Disqualification: Red + Yellowcards Separately.

2017

1. കളിസമയത്ത് കോർട്ടിനുസമീപം കോച്ച്, അസി. കോച്ച് – 1, അസി. കോച്ച് – 2, ടീം തെറാപ്പിസ്റ്റ്, മെഡിക്കൽ ഡോക്ടർ എന്നിവരെ അനുവദിച്ചു.

സംസ്ഥാന വോളിബോൾ അസോസിയേഷൻ - ചരിത്രം

അഡ്ധ: കെ ആർ കേശവൻ നായർ പ്രസിഡന്റും രാഘവൻനായർ സെക്രട്ടറിയും ടി ജെ ഡാനിയൽ ഖജാൻജിയും ആയിട്ടുള്ള ആദ്യ അസോ സിയേഷൻ 1950 ൽ തിരുവനന്തപുരം-കൊച്ചി വോളിബോൾ അസോ സിയേഷൻ എന്ന പേരിൽ രൂപീകരിക്കപ്പെട്ടു. എന്നാൽ 1971 കണ്ണൂർ ജില്ല യിലെ തലശേരിയിലാണ് ആദ്യ സംസ്ഥാന വോളിബോൾ ചാമ്പ്യൻഷിപ്പ് സംഘടിപ്പിച്ചത്. ഈ കാലയളവിൽ സ്കൂൾ കോളേജ് തലങ്ങളിലാണ് ചാമ്പ്യൻഷിപ്പുകൾ നടത്തിയിരുന്നത്. 1960 ൽ കേരള വോളിബോൾ അസോസിയേഷൻ നിലവിൽ വരികയും വി പി നായർ പ്രസിഡന്റും, ഡി ഉമ്മൻ സെക്രട്ടറിയും ആർ രാമകൃഷ്ണൻ നായർ ട്രഷററുമായ ഭര ണസമിതി ചുമതലയേറ്റു. ഇവരുടെ നേതൃനിര കേരളത്തിൽ ദേശീയ ടൂർണമെന്റുകൾ സംഘടിപ്പിക്കുന്നതിനും ടീമുകളെ ചിട്ടപ്പെടുത്തുന്ന തിലും കാണിച്ച പ്രോത്സാഹനം വോളിബോൾ രംഗത്ത് കേരളത്തെ ഇന്ത്യൻ ഭൂപടത്തിലേക്ക് എത്തിക്കുവാൻ സഹായകമായി. തുടർന്ന് 20 വർഷക്കാലം സംസ്ഥാന അസോസിയേഷന്റെ സെക്രട്ടറിയായി പ്രവർത്തിച്ചത് സി ഉമ്മൻ ആയിരുന്നു. സർവ്വകലാശാല സംസ്ഥാന ടീമു കൾക്കുവേണ്ടി കുപ്പായമണിഞ്ഞ പാരമ്പര്യം അദ്ദേഹത്തെ ഈ സ്ഥാന ത്തെത്തിക്കുകയായിരുന്നു.

ഈ ഭരണസമിതിക്കുശേഷം സി എച്ച് ഭരതൻ പ്രസിഡന്റും, അമര വിള കൃഷ്ണൻനായർ സെക്രട്ടറിയും ജോർജ് ഫിലിപ്പ് ട്രഷററും ആയി തുടരുന്ന, 1978-79 കാലഘട്ടത്തിലാണ് അസോസിയേഷൻ പിളർന്ന് സൈതാലിക്കുട്ടി പ്രസിഡന്റും കെ ജി ഗോപാലകൃഷ്ണൻ നായർ സെക്ര

ട്ടറിയുമായി കേരള സ്റ്റേറ്റ് വോളിബോൾ അസോസിയേഷൻ രൂപീകരി
ക്കപ്പെട്ടത്. എന്നാൽ ഈ അസോസിയേഷനെ കേരള സംസ്ഥാന
സ്പോർട്സ് കൗൺസിലോ, വോളിബോൾ ഫെഡറേഷൻ ഓഫ്
ഇന്ത്യയോ അംഗീകരിച്ചില്ല. തുടർന്ന് 1980 ൽ കേരളാ സ്റ്റേറ്റ് വോളിബോൾ
അസോസിയേഷൻ നിലവിൽ വന്നു. കെ ഭാസ്കരൻനായർ പ്രസിഡന്റും
കെ ജി ഗോപാലകൃഷ്ണൻനായർ സെക്രട്ടറിയും, വി ജെ സെബാസ്റ്റ്യൻ
(ഇല്ലം) ട്രഷററുമായി തെരഞ്ഞെടുക്കപ്പെട്ടു. ഈ സമിതിയെ ദേശീയ
വോളിബോൾ ഫെഡറേഷനും കേരള സംസ്ഥാന സ്പോർട്സ്
കൗൺസിലും അംഗീകരിച്ചു.

കേരളത്തിൽ 1975-95 കാലഘട്ടത്തിൽ വോളിയുടെ പ്രചരണത്തിന്
വളരെയധികം യത്നിച്ച വ്യക്തികളിൽ ഒരാളായിരുന്നു, കായിക കേരളം
'ഇല്ലംസാർ' എന്ന ഓമനപ്പേരിൽ വിളിക്കപ്പെട്ടിരുന്ന പ്രൊഫസർ വി ജെ
സെബാസ്റ്റ്യൻ ഇല്ലം. ദേശീയ വോളിബോൾ അസോസിയേഷൻ ജോയിന്റ്
സെക്രട്ടറി, കേരള ഒളിമ്പിക് അസോസിയേഷൻ സെക്രട്ടറി തുടങ്ങിയ
പദവികൾ അദ്ദേഹം വഹിച്ചിട്ടുണ്ട്. വോളിബോളിനുവേണ്ടി തന്റെ സമ്പാ
ദ്യത്തിന്റെ ഏറിയ പങ്കും നഷ്ടപ്പെടുത്തിയ വ്യക്തിത്വത്തിന്റെ ഉടമയാ
ണദ്ദേഹം. 1996 ൽ കായിക ലോകത്തോട് അദ്ദേഹം വിട പറഞ്ഞു.

കേരളത്തിൽ 1954 മുതൽ 2005 വരെ വോളിബോൾ കളിയിലും
തുടർന്ന് അസോസിയേഷന്റെ പ്രവർത്തനങ്ങളിലും സജീവമായിരുന്ന
മറ്റൊരാളാണ് കെ ജി ഗോപാലകൃഷ്ണൻ നായർ. ഇടുക്കിജില്ലയിലെ
കാഞ്ഞാർ കുന്നത്താനിക്കൽ വീട്ടിൽ 1936 ൽ ഗോപിനാഥൻ നായരു
ടെയും കാർത്ത്യായനിയുടെയും മകനായി ജനിച്ചു. 1954 മുതൽ ഇടുക്കി
ജില്ലയിലെ വോളികോർട്ടുകളിൽ മികച്ച സെറ്ററായിരുന്നു. 1956 ൽ തിരു
വനന്തപുരം യൂണിവേഴ്സിറ്റി കോളേജിൽ എത്തിയതോടെയാണ്
ഇദ്ദേഹം കൂടുതൽ അറിയപ്പെട്ടുതുടങ്ങിയത്. ആ വർഷം തന്നെ കേരള
യൂണിവേഴ്സിറ്റി ടീമിൽ അംഗമാവുകയും ചെയ്തു. 1958 ൽ അലഹബാ
ദിൽ നടന്ന അഖിലേന്ത്യ യൂണിവേഴ്സിറ്റി ചാമ്പ്യൻഷിപ്പിൽ ട്രാവൻകൂർ
യൂണിവേഴ്സിറ്റിയുടെ നായകനായി. 1959 ൽ ബീഹാറിലെ ടാറ്റാ നഗ
രിൽ നടന്ന ദേശീയ സീനിയർ വോളിബോൾ ചാമ്പ്യൻഷിപ്പിൽ
കേരളത്തിന്റെ നായകനുമായി. 1980 മുതൽ 1986 വരെ കേരള സംസ്ഥാന
വോളിബോൾ അസോസിയേഷന്റെ സെക്രട്ടറിയായും പ്രവർത്തിച്ചിട്ടുണ്ട്.
വോളിബോൾ കളിയിലെന്നപോലെ അസോസിയേഷന്റെ പ്രവർത്തന
ങ്ങളിലും മികച്ച സംഘാടകനായിരുന്നു കെ ജി ഗോപാലകൃ
ഷ്ണൻനായർ.

വോളിബോൾ അസോസിയേഷൻ ഭാരവാഹികൾ
(1950 മുതൽ 2017 വരെ)

തിരു-കൊച്ചി വോളിബോൾ അസോസിയേഷൻ (1950-1960)

വർഷം	പ്രസിഡന്റ്	സെക്രട്ടറി	ട്രഷറർ
1950-1960	സി എച്ച് ഭരതൻ	അമരവിള കൃഷ്ണൻ നായർ	ജോർജ് ഫിലിപ്പ്

കേരള വോളിബോൾ അസോസിയേഷൻ (1960-1979)

1960-1963	വി പി നായർ	സി ഉമ്മൻ	ടി ജെ ഡാനിയൻ
1963-1965	വി പി നായർ	സി ഉമ്മൻ	ആർ രാമകൃഷ്ണൻ നായർ
1965-1973	എം കെ ജോസഫ്	സി ഉമ്മൻ	ആർ രാമകൃഷ്ണൻ നായർ
1973-1976	കെ പങ്കജാക്ഷൻ	സി ഉമ്മൻ	ഡി രാജൻ
1976-1978	സി എച്ച് ഭരതൻ	അമരവിള കൃഷ്ണൻ നായർ	ജോർജ് ഫിലിപ്പ്
1978-1979	നിയമപരമായി പ്രവർത്തിച്ചില്ല		

കേരള സംസ്ഥാന വോളിബോൾ അസോസിയേഷൻ (1980 മുതൽ...)

1980-1983	കെ ഭാസ്കരൻ നായർ	കെ ജി ഗോപാല കൃഷ്ണൻനായർ	വി ജെ സെബാസ്റ്റ്യൻ
1983-1986	കെ ഭാസ്കരൻ നായർ	കെ ജി ഗോപാല കൃഷ്ണൻനായർ	ടി എസ് ജോസഫ്
1986-1989	വി പി ചന്ദ്രൻ	വി ജെ സെബാസ്റ്റ്യൻ	തോമസ് വർഗ്ഗീസ്
1989-1993	കെ ഭാസ്കരൻനായർ	വി ജെ സെബാസ്റ്റ്യൻ	തോമസ് വർഗ്ഗീസ്
1993-1997	കെ ഭാസ്കരൻ നായർ	കെ ടി അബ്ദുറഹിമാൻ	പോൾ ടി ജോൺ
1997-2001	സുന്ദർദാസ്	കെ ടി അബ്ദുറഹിമാൻ	കെ വി ദാമോദരൻ
2001-2005	സി ആർ ഭവദാസ്	കെ പി എബ്രഹാം	പി ഗോപാലകൃഷ്ണൻ
2005-2009	പോൾ ടി ജോൺ	കെ ടി അബ്ദുറഹിമാൻ	പി ബി ശിവൻ
2009-2013	ചാർളിജേക്കബ്	നാലകത്ത് ബഷീർ	ആർ രാമചന്ദ്രൻനായർ
2013-2017	ചാർളിജേക്കബ്	നാലകത്ത് ബഷീർ	ആർ ബിജുരാജ്

വോളിബോൾ അസോസിയേഷനും അഫിലിയേഷനും

അന്തർദ്ദേശീയ വോളിബോൾ ഫെഡറേഷൻ (FIVB)

▼

ദേശീയ വോളിബോൾ ഫെഡറേഷൻ (VFI)

(ദേശീയ ഒളിമ്പിക്സ് അസോസിയേഷൻ, അന്തർദ്ദേശീയ വോളിബോൾ അസോസിയേഷൻ എന്നിവയിൽ അഫിലിയേഷൻ)

▼

കേരളസംസ്ഥാന വോളിബോൾ അസോസിയേഷൻ (KSVA)

(കേരളസംസ്ഥാന സ്പോർട്സ് കൗൺസിൽ, കേരളസംസ്ഥാന ഒളിമ്പിക്സ് അസോസിയേഷൻ, ദേശീയ വോളിബോൾ അസോസിയേഷൻ എന്നിവയിൽ അഫിലിയേഷൻ)

▼

ജില്ലാ വോളിബോൾ അസോസിയേഷൻ

(ജില്ലാ സ്പോർട്സ് കൗൺസിൽ, ജില്ലാ ഒളിമ്പിക്സ് അസോസിയേഷൻ, സംസ്ഥാന വോളിബോൾ അസോസിയേഷൻ എന്നിവയിൽ അഫിലിയേഷൻ)

▼

വോളിബോൾ ക്ലബ്ബുകൾ

(ഗ്രാമപഞ്ചായത്ത്/മുനിസിപ്പാലിറ്റി/കോർപ്പറേഷൻ സ്പോർട്സ് കൗൺസിൽ, ജില്ലാവോളിബോൾ അസോസിയേഷൻ എന്നിവയിൽ അഫിലിയേഷൻ

അന്തർദ്ദേശീയ – ദേശീയ മത്സരങ്ങൾ, അവാർഡുകൾ

നാഷണൽ ഗെയിംസിന്റെ ചരിത്രം

1924 ൽ ലാഹോറിലാണ് ഇന്ത്യൻ ഒളിമ്പിക്സ് ഗെയിംസ് എന്ന പേരിൽ നാഷണൽ ഗെയിംസ് ആദ്യമായി ആരംഭിച്ചത്. 1924 മുതൽ 1938 വരെ ഈ പേരിൽ തന്നെ തുടർന്നു. 1940 ൽ ബോംബെയിൽനടന്ന ഗെയിംസ് മുതലാണ് 'നാഷണൽ ഗെയിംസ് ഇൻ ഇന്ത്യ' എന്ന പേർ നല്കിയത്.

ഇന്ത്യൻ ഒളിമ്പിക്സ് ഗെയിംസ്

നമ്പർ	വർഷം	സ്ഥലം
I	1924	ലാഹോർ (Lahore)
II	1926	ലാഹോർ (Lahore)
III	1928	ലാഹോർ (Lahore)
IV	1930	അലഹബാദ് (Allahabad)
V	1932	മദ്രാസ് (Madras)
VI	1934	ന്യൂഡൽഹി (New Delhi)
VII	1936	ലാഹോർ (Lahore)
VIII	1938	കല്ക്കത്ത (Culcutta)

നാഷണൽ ഗെയിംസ് (ഇന്ത്യ)

നമ്പർ	വർഷം	സ്ഥലം
IX	1940	ബോംബെ (Mumbai)
X	1942	പട്യാല (Patiala)
XI	1944	ലാഹോർ (Lahore)
XII	1946	ലാഹോർ (Lahore)
XIII	1948	ലഖ്നൗ (Luknow)
XIV	1952	മദ്രാസ് (Madras)
XV	1953	ജബൽപൂർ (Jabalpur)
XVI	1954	ന്യൂഡൽഹി (New Delhi)
XVII	1956	പട്യാല (Patiala)
XVIII	1958	കട്ടക് (Cuttack)
XIX	1960	ന്യൂഡൽഹി (New Delhi)
XX	1962	ജബൽപൂർ (Jabalpur)
XXI	1964	കല്ക്കത്ത (Culcutta)
XXII	1966	ബാംഗ്ലൂർ (Bangalore)
XXIII	1968	മദ്രാസ് (Madras)
XXIV	1970	കട്ടക് (Cuttack)
XXV	1979	ഹൈദ്രാബാദ് (Hydrabad)
XXVI	1985	ന്യൂഡൽഹി (New Delhi)
XXVII	1987	കേരളം (Kerala)
XXVIII	1994	മഹാരാഷ്ട്ര (Maharashtra)
XXIX	1997	കർണ്ണാടക (Karnataka)
XXX	1999	മണിപ്പൂർ (Manipur)
XXXI	2001	പഞ്ചാബ് (Panjab)
XXXII	2002	ഹൈദ്രാബാദ് (Hydrabad)
XXXIII	2007	ഗുവാഹട്ടി (Guwahati)
XXXIV	2011	റാഞ്ചി (Ranchi)
XXXV	2015	കേരളം (Kerala)

ഒളിമ്പിക്സിൽ – വോളിബോൾ

1896 ൽ ഒളിമ്പിക്സ് ആരംഭിച്ച് 68 വർഷങ്ങൾക്ക് ശേഷം 1964 ൽ ആണ് വോളിബോൾ കളി ഒളിമ്പിക്സ് ഇനമായി ഉൾപ്പെടുത്തിയത്.

വർഷം	സ്ഥലം	വിജയികൾ	
		പുരുഷൻ	വനിത
1964	ടോക്കിയോ	സോവിയറ്റ് യൂണിയൻ	ജപ്പാൻ
1968	മെക്സിക്കോ	സോവിയറ്റ് യൂണിയൻ	സോവിയറ്റ് യൂണിയൻ
1972	മ്യൂണിച്ച്	ജപ്പാൻ	സോവിയറ്റ് യൂണിയൻ
1976	മോൺട്രിയൽ	പോളണ്ട്	ജപ്പാൻ
1980	മോസ്കോ	സോവിയറ്റ് യൂണിയൻ	സോവിയറ്റ് യൂണിയൻ
1984	ലോസ്ഏഞ്ചൽസ്	അമേരിക്ക	ചൈന
1988	സോൾ	അമേരിക്ക	സോവിയറ്റ് യൂണിയൻ
1992	ബാഴ്സലോണ	ബ്രസീൽ	ക്യൂബ
1996	അറ്റ്ലാന്റാ	നെതർലാന്റ്	ക്യൂബ
2000	സിഡ്നി	യൂഗോസ്ലോവിയ	ക്യൂബ
2004	ഏതൻസ്	ബ്രസീൽ	ചൈന
2008	ബെയ്ജിങ്	അമേരിക്ക	ബ്രസീൽ
2012	ലണ്ടൻ	റഷ്യ	ബ്രസീൽ
2016	റിയോഡി ജനീറോ	ബ്രസീൽ	ചൈന

ദേശീയ സീനിയർ വോളിബോൾ ചാമ്പ്യൻഷിപ്പ് -(പുരുഷ-വനിത)1952-2017

വർഷം	സംസ്ഥാനം	വിജയികൾ	
		പുരുഷൻ	വനിത
1952	മദ്രാസ്	1. മൈസൂർ 2. പെപ്സു	മത്സരം സംഘടിപ്പിച്ചില്ല
1953	ഉത്തർപ്രദേശ്	1. ഡൽഹി 2. പഞ്ചാബ്	1. ഉത്തർപ്രദേശ് 2. മദ്ധ്യപ്രദേശ്
1954	ഡൽഹി	1. പഞ്ചാബ് 2. ഡൽഹി	1. പഞ്ചാബ് 2. ഡൽഹി
1955	കേരളം	1. പഞ്ചാബ് 2. ട്രാവൻകൂർ	1. ഉത്തർപ്രദേശ് 2. പഞ്ചാബ്
1956	പഞ്ചാബ്	1. പഞ്ചാബ് 2. ഡൽഹി	1. ഉത്തർപ്രദേശ് 2. പഞ്ചാബ്
1957	ഉത്തർപ്രദേശ്	1. സർവ്വീസസ് 2. ഉത്തർപ്രദേശ്	1. പഞ്ചാബ് 2. ഉത്തർപ്രദേശ്
1958	ഒറീസ	1. ഡൽഹി 2. സർവ്വീസസ്	1. പഞ്ചാബ് 2. ഡൽഹി
1959	ബീഹാർ	1. റെയിൽവെ 2. പഞ്ചാബ്	1. പഞ്ചാബ് 2. മദ്രാസ്
1960	ഡൽഹി	1. സർവ്വീസസ് 2. പഞ്ചാബ്	1. പഞ്ചാബ് 2. മദ്രാസ്
1961	മദ്രാസ്	1. റെയിൽവേ 2. പഞ്ചാബ്	1. പഞ്ചാബ് 2. മദ്രാസ്
1962	മദ്ധ്യപ്രദേശ്	1. പഞ്ചാബ് 2. കേരളം	1. പഞ്ചാബ് 2. കേരളം
1963	ഉത്തർപ്രദേശ്	1. പഞ്ചാബ് 2. റെയിൽവേ	1. മദ്രാസ് 2. പഞ്ചാബ്
1964	മദ്ധ്യപ്രദേശ്	1. റെയിൽവേ 2. സർവ്വീസസ്	1. മദ്രാസ് 2. ഡൽഹി
1965	കർണ്ണാടക	1. ഹൈദ്രാബാദ് 2. പഞ്ചാബ്	1. പഞ്ചാബ് 2. മദ്രാസ്
1966	ആന്ധ്രാപ്രദേശ്	1. സർവ്വീസസ് 2. പഞ്ചാബ്	1. ആന്ധ്രാപ്രദേശ് 2. മദ്ധ്യപ്രദേശ്
1967	പശ്ചിമബംഗാൾ	1. പഞ്ചാബ് 2. സർവ്വീസസ്	1. പഞ്ചാബ് 2. ആന്ധ്രാപ്രദേശ്

വർഷം	സംസ്ഥാനം	വിജയികൾ	
		പുരുഷൻ	വനിത
1968	കേരളം	1. പഞ്ചാബ് 2. ആന്ധ്രാപ്രദേശ്	1. ആന്ധ്രാപ്രദേശ് 2. പഞ്ചാബ്
1969	രാജസ്ഥാൻ	1. പഞ്ചാബ് 2. സർവ്വീസസ്	1. പഞ്ചാബ് 2. കേരളം
1970	ആസാം	1. പഞ്ചാബ് 2. സർവ്വീസസ്	1. ആന്ധ്രാപ്രദേശ് 2. പഞ്ചാബ്
1971	ബീഹാർ	1. പഞ്ചാബ് 2. ഉത്തർപ്രദേശ്	1. കേരളം 2. പശ്ചിമബംഗാൾ
1972	കേരളം	1. പഞ്ചാബ് 2. സർവ്വീസസ്	1. കേരളം 2. പശ്ചിമബംഗാൾ
1973	ആന്ധ്രാപ്രദേശ്	1. പഞ്ചാബ് 2. റെയിൽവെ	1. പശ്ചിമബംഗാൾ 2. പഞ്ചാബ്
1974	കേരളം	1. ഉത്തർപ്രദേശ് 2. തമിഴ്നാട്	1. കേരളം 2. പശ്ചിമബംഗാൾ
1975	തമിഴ്നാട്	1. തമിഴ്നാട് 2. റെയിൽവെ	1. കേരളം 2. പശ്ചിമബംഗാൾ
1976	പശ്ചിമബംഗാൾ	1. സർവ്വീസസ് 2. റെയിൽവെ	1. പശ്ചിമബംഗാൾ 2. കേരളം
1977	പശ്ചിമബംഗാൾ	1. പഞ്ചാബ് 2. റെയിൽവെ	1. റെയിൽവെ 2. പശ്ചിമബംഗാൾ
1978	ആന്ധ്രാപ്രദേശ്	1. പഞ്ചാബ് 2. രാജസ്ഥാൻ	1. പശ്ചിമബംഗാൾ 2. പഞ്ചാബ്
1979	ഗുജറാത്ത്	1. റെയിൽവെ 2. രാജസ്ഥാൻ	1. കേരളം 2. റെയിൽവെ
1980	കേരളം	1. പഞ്ചാബ് 2. സർവ്വീസസ്	1. റെയിൽവെ 2. കേരളം
1981	ഹരിയാന	1. രാജസ്ഥാൻ 2. കേരളം	1. കേരളം 2. റെയിൽവെ
1982	മദ്ധ്യപ്രദേശ്	1. ഹരിയാന 2. ഉത്തർപ്രദേശ്	1. കേരളം 2. റെയിൽവെ
1983	ആന്ധ്രാപ്രദേശ്	1. റെയിൽവെ 2. കേരളം	1. റെയിൽവെ 2. കേരളം
1984	ഉത്തർപ്രദേശ്	1. റെയിൽവെ 2. പഞ്ചാബ്	1. റെയിൽവെ 2. കേരളം

വർഷം	സംസ്ഥാനം	വിജയികൾ	
		പുരുഷൻ	വനിത
1985	ഡൽഹി	1. റെയിൽവെ 2. ഹരിയാന	1. കേരളം 2. തമിഴ്‌നാട്
1986	കർണ്ണാടക	1. ആന്ധ്രാപ്രദേശ് 2. ഹരിയാന	1. റെയിൽവെ 2. കേരളം
1987	മദ്ധ്യപ്രദേശ്	1. റെയിൽവെ 2. ആന്ധ്രാപ്രദേശ്	1. റെയിൽവെ 2. തമിഴ്‌നാട്
1988	ഹരിയാന	1. ആന്ധ്രാപ്രദേശ് 2. ഹരിയാന	1. റെയിൽവെ 2. തമിഴ്‌നാട്
1989	ആസാം	1. ആന്ധ്രാപ്രദേശ് 2. റെയിൽവെ	1. റെയിൽവെ 2. തമിഴ്‌നാട്
1990	മഹാരാഷ്ട്ര	1. തമിഴ്‌നാട് 2. കേരളം	1. റെയിൽവെ 2. തമിഴ്‌നാട്
1991	കേരളം	1. തമിഴ്‌നാട് 2. ആന്ധ്രാപ്രദേശ്	1. റെയിൽവെ 2. തമിഴ്‌നാട്
1992	പശ്ചിമബംഗാൾ	1. തമിഴ്‌നാട് 2. ആന്ധ്രാപ്രദേശ്	1. റെയിൽവെ 2. തമിഴ്‌നാട്
1993	ആന്ധ്രാപ്രദേശ്	1. തമിഴ്‌നാട് 2. റെയിൽവെ	1. റെയിൽവെ 2. തമിഴ്‌നാട്
1994	തമിഴ്‌നാട്	1. തമിഴ്‌നാട് 2. റെയിൽവെ	1. റെയിൽവെ 2. കേരളം
1995	ജമ്മു-കാശ്മീർ	1. റെയിൽവെ 2. തമിഴ്‌നാട്	1. റെയിൽവെ 2. കേരളം
1996	പശ്ചിമബംഗാൾ	1. റെയിൽവെ 2. കേരളം	1. റെയിൽവെ 2. കേരളം
1997	ആന്ധ്രാപ്രദേശ്	1. കേരളം 2. പഞ്ചാബ്	1. റെയിൽവെ 2. പശ്ചിമബംഗാൾ
1998	പശ്ചിമബംഗാൾ	1. പഞ്ചാബ് 2. തമിഴ്‌നാട്	1. റെയിൽവെ 2. കേരളം
1999	തമിഴ്‌നാട്	1. പഞ്ചാബ് 2. തമിഴ്‌നാട്	1. റെയിൽവെ 2. ആന്ധ്രാപ്രദേശ്
2000	കേരളം	1. കേരളം 2. തമിഴ്‌നാട്	1. ആന്ധ്രാപ്രദേശ് 2. റെയിൽവെ
2001	ഛത്തീസ്ഗഡ്	1. കേരളം 2. തമിഴ്‌നാട്	1. റെയിൽവെ 2. കേരളം

വർഷം	സംസ്ഥാനം	വിജയികൾ	
		പുരുഷൻ	വനിത
2002	ഹരിയാന	1. ഉത്തരാഞ്ചൽ 2. കേരളം	1. റെയിൽവെ 2. കേരളം
2003	കർണ്ണാടക	1. സർവ്വീസസ് 2. കേരളം	1. റെയിൽവെ 2. കേരളം
2004	തമിഴ്നാട്	1. ഹരിയാന 2. റെയിൽവെ	1. കേരളം 2. റെയിൽവെ
2005	മഹാരാഷ്ട്ര	1. റെയിൽവെ 2. സർവ്വീസസ്	1. റെയിൽവെ 2. കേരളം
2006	ഛത്തീസ്ഗഡ്	1. റെയിൽവെ 2. കേരളം	1. റെയിൽവെ 2. കേരളം
2007	രാജസ്ഥാൻ	1. ഹരിയാന 2. തമിഴ്നാട്	1. കേരളം 2. റെയിൽവെ
2008	ആന്ധ്രാപ്രദേശ്	1. റെയിൽവെ 2. തമിഴ്നാട്	1. റെയിൽവെ 2. പശ്ചിമബംഗാൾ
2009	മദ്ധ്യപ്രദേശ്	1. തമിഴ്നാട് 2. ഉത്തർഖണ്ഡ്	1. റെയിൽവെ 2. കേരളം
2010	തമിഴ്നാട്	1. തമിഴ്നാട് 2. കേരളം	1. റെയിൽവെ 2. കേരളം
2011	ഛത്തീസ്ഗഡ്	1. കേരളം 2. ഉത്തർഖണ്ഡ്	1. റെയിൽവെ 2. കേരളം
2012	രാജസ്ഥാൻ	1. കേരളം 2. തമിഴ്നാട്	1. റെയിൽവെ 2. കേരളം
2013	ഉത്തർപ്രദേശ്	1. തമിഴ്നാട് 2. ഉത്തർഖണ്ഡ്	1. റെയിൽവെ 2. കേരളം
2014	തമിഴ്നാട്	1. റെയിൽവെ 2. തമിഴ്നാട്	1. റെയിൽവെ 2. കേരളം
2015	കർണ്ണാടക	1. റെയിൽവെ 2. കേരളം	1. റെയിൽവെ 2. കേരളം
2016	തമിഴ്നാട്	1. കേരളം 2. റെയിൽവെ	1. റെയിൽവെ 2. കേരളം
2017	കേരളം	1. കേരളം 2. റെയിൽവെ	1, റെയിൽവെ 2. കേരളം

അർജ്ജുന അവാർഡ് ജേതാക്കൾ – വോളിബോൾ

നമ്പർ	വർഷം	പേര്
1	1961	എ പളനിസ്വാമി
2	1962	നൃപ്ജിത്സിങ് ബേദി
3	1972	ബൽവന്ത് സിങ് (ബല്ലു)
4	1973	ജി മുളിനിറെഡ്ഡി
5	1974	എം ശ്യാംസുന്ദർ റാവു
6	1975	രൺവീർ സിങ്
7	1975	കെ സി ഏലമ്മ
8	1976	ജിമ്മി ജോർജ്
9	1977–78	എ രമണറാവു
10	1978–79	കൂട്ടികൃഷ്ണൻ
11	1979–80	സുരേഷ്കുമാർ മിശ്ര
12	1982	ജി ഇ ശ്രീധരൻ
13	1983	രാംകൃഷ്ണൻ പുരോഹിത്
14	1984	സാലിജോസഫ്
15	1986	സിറിൽ സി വള്ളൂർ
16	1989	അബ്ദുൽ ബാസിത്
17	1990	ദലേൽ സിങ് റോർ
18	1991	കെ ഉദയകുമാർ
19	1999	സുഖ്പാൽ സിങ്
20	2000	പസർല വെങ്കിട്ട രമണ
21	2001	അമിർസിങ്
22	2002	രവികാന്ത് റെഡ്ഡി
23	2010	കെ ജെ കപിൽദേവ്
24	2011	സഞ്ജയ്കുമാർ
25	2014	ടോം ജോസഫ്

ദ്രോണാചാര്യ അവാർഡ് ജേതാക്കൾ

രാജ്യത്തെ ഏറ്റവും മികച്ച കായിക പരിശീലകർക്ക് നല്കുന്ന പര
മോന്നത ബഹുമതിയാണിത്. 1985 മുതലാണ് കേന്ദ്രസർക്കാർ ഈ പുര
സ്കാരം ഏർപ്പെടുത്തിയത്. അഞ്ച് ലക്ഷം രൂപയും ശില്പവുമാണ് സമ്മാ
നമായി നല്കി വരുന്നത്. ദ്രോണാചാര്യ പുരസ്കാരം ലഭിച്ച വോളിബോൾ
പരിശീലകരെ പരിചയപ്പെടാം.

എ രമണറാവു

ആന്ധ്രാ പ്രദേശിൽ ഗുണ്ടൂർ ജില്ലയിൽ ചമല്ലാമൂഡി വില്ലേജിൽ 1945

ജൂലൈ 1 ന് അരികപുഡി രമണറാവു
ജനിച്ചു. 1966 ൽ ഗുണ്ടൂർ ഹിന്ദുകോളേ
ജിൽ നിന്നും ബിരുദ പഠനം പൂർത്തിയാ
ക്കി. കോളേജ് പഠന കാലഘട്ടം വോളി
ബോൾ കളിയിലെ ഇദ്ദേഹത്തിന്റെ
സുവർണ്ണകാലമായിരുന്നു. 1966 മുതൽ
1976 വരെ തുടർച്ചയായി ദേശീയ സീനി
യർ വോളിബോൾ ചാമ്പ്യൻഷിപ്പുകളിൽ
തമിഴ്നാടിനു വേണ്ടിയും ആന്ധ്രാ പ്രദേ
ശിനുവേണ്ടിയും കുപ്പായമണിഞ്ഞിട്ടുണ്ട്.
ഇതിൽ നാല് വർഷം കളിച്ചത് തമിഴ്നാ
ടിനുവേണ്ടിയായിരുന്നു. കൂടാതെ നിര
വധി ഏഷ്യൻ ഗെയിംസ്, സൗത്ത്

ഏഷ്യൻ ഗെയിംസ് എന്നിവയും ഇതിലുപരി 150 ലധികം ഇന്റർനാഷ
ണൽ ചാമ്പ്യൻഷിപ്പുകളിലും ഇന്ത്യയുടെ കുപ്പായമണിഞ്ഞു. ഈ കാല
ഘട്ടത്തിലെ ഇന്ത്യൻ ടീമിലെ നിറസാന്നിദ്ധ്യവും മിന്നുന്ന പ്രകടനത്തിനു
ടമയുമായിരുന്നു രമണറാവു. ഇദ്ദേഹം വോളിബോളിന് നല്കിയ സംഭാ
വനയെ മാനിച്ചുകൊണ്ട് 1977-78 ൽ കായികമേഖലയിൽ കളിക്കാർക്കുള്ള
പരമോന്നത ബഹുമതിയായ "അർജ്ജുന അവാർഡ്" നല്കി രാജ്യം
ആദരിച്ചു. തുടർന്ന് നാഷണൽ ഇൻസ്റ്റിറ്റ്യൂട്ട് ഓഫ് സ്പോർട്സിൽനിന്നും
വോളിബോൾ പരിശീലന ബിരുദം നേടുകയും പരിശീലന കളരിയിലേക്ക്
മാറുകയുമായിരുന്നു. 1991 ലെ ഏഷ്യൻ പുരുഷ വോളിബോൾ ചാമ്പ്യൻഷി
പ്പിൽ ഇന്ത്യൻ ടീമിന്റെ മുഖ്യ പരിശീലകൻ ഇദ്ദേഹമായിരുന്നു. 1986-ൽ
ഇന്റർനാഷണൽ വോളിബോൾ ഫെഡറേഷൻ, ഇന്ത്യയിലും വിദേശത്തു
മായി പരിശീലകർക്ക് നിർദ്ദേശങ്ങൾ നല്കുന്നതിനായി ആദ്യമായി ഇന്ത്യ
യിൽനിന്നും തെരഞ്ഞെടുത്ത പരിശീലകൻ രമണറാവുവിനെയാണ്.
വോളിബോൾ കളിയിലെന്നപോലെ പരിശീലന രംഗത്തും വ്യക്തിമുദ്ര
പതിപ്പിച്ച രമണറാവുവിന് 1990 ൽ ഇന്ത്യയിലെ മികച്ച കായിക പരിശീ
ലകർക്കുള്ള ബഹുമതിയായ "ദ്രോണാചാര്യ" അവാർഡ് നല്കി ആദരി

ച്ചു. 1993 മുതൽ 1997 വരെ ഏഷ്യൻ വോളിബോൾ കോൺഫെഡറേഷ
ന്റെ (AVC) കോച്ചിങ് കമ്മിറ്റി അംഗമായും പ്രവർത്തിച്ചിട്ടുണ്ട്. കൂടാതെ
ഇന്റർനാഷണൽ വോളിബോൾ ഫെഡറേഷന്റെ ചെന്നൈ റീജിയണൽ
ഡെവലപ്പ്മെന്റ് സെന്ററിന്റെ ഡയറക്ടറായും ദേശീയ വോളിബോൾ
ഫെഡറേഷന്റെ കോച്ചിങ്കമ്മിറ്റി ചെയർമാനായും അദ്ദേഹം സേവനം
അനുഷ്ഠിച്ചിട്ടുണ്ട്.

എം ശ്യാം സുന്ദർറാവു

ആന്ധ്രാപ്രദേശിലെ ഗുണ്ടൂർ ജില്ലയിൽ തെന്നാലിയിൽ രാമകൃഷ്ണ
യ്യരുടേയും കനകമ്മയുടേയും മകനായി 1942 ഒക്ടോബർ 2-ാം തീയതി
ശ്യാംസുന്ദർ റാവു ജനിച്ചു. കൃഷികൊണ്ട് മാത്രം ഉപജീവനം
നടത്തിപ്പോന്നിരുന്ന ഗ്രാമത്തിലെ ഒരു കുടുംബത്തിൽ നിന്നും സ്വന്തം
പ്രയത്നം കൊണ്ട് മാത്രം ഈ നിലയിൽ എത്തിച്ചേരുകയും, സ്പോർട്സ്
ജീവിതത്തിന്റെ വഴിയാണെന്ന് തെളി
യിക്കുകയും ചെയ്ത വ്യക്തി കൂടിയാണ്
ഇദ്ദേഹം. 1957 ൽ ഹൈസ്കൂൾ പഠനം
പൂർത്തിയാക്കുകയും 1958 ൽ തെന്നാലി
യിലെ വി എസ് ആർ കോളേജിൽ ചേരു
കയും ചെയ്തു. ഇവിടെനിന്നാണ് ഇദ്ദേ
ഹത്തിന്റെ വോളിബോൾ ജീവിതം
ആരംഭിക്കുന്നത്. 1960 മുതൽ 1980 വരെ
സീനിയർ ദേശീയവോളിബോൾ
ചാമ്പ്യൻഷിപ്പുകളിലെ സജീവ സാന്നി
ധ്യമായിരുന്നു റാവു. 1964 ൽ ഇദ്ദേഹ
ത്തിന്റെ കുടുംബം തെന്നാലിയിൽ
നിന്നും ഹൈദ്രാബാദിലേക്ക് മാറുകയും

1964 ൽത്തന്നെ സ്പോർട്സ് മികവിന്റെ അടിസ്ഥാനത്തിൽ ഹൈദ്രാബാദ്
ആർട്ടിലറി സെന്ററിൽ ജോലിയിൽ പ്രവേശിക്കുകയും ചെയ്തു. 1964
മുതൽ ഇന്ത്യൻ ടീമിൽ അംഗമായ ശ്യാംസുന്ദർ 150 ലധികം ഇന്റർനാഷ
ണൽ ടൂർണമെന്റുകളിലും ചാമ്പ്യൻഷിപ്പുകളിലും ഇന്ത്യൻ കുപ്പായമണി
ഞ്ഞിട്ടുണ്ട്. ഇന്ത്യൻ വോളിബോളിന് ഇത്രയധികം സംഭാവനകൾ നല്കി
യിട്ടുള്ള ചുരുക്കം ചില കളിക്കാരിൽ ഒരാളാണ് ശ്യാംസുന്ദർറാവു. ഈ
സംഭാവനകൾ പരിഗണിച്ച് 1974 ൽ കായികമേഖലയിലെ പരമോന്നത
ബഹുമതിയായ അർജ്ജുന അവാർഡ് നല്കി രാഷ്ട്രം അംഗീകരിച്ചു.
1976 ൽ റെയിൽവേയിൽനിന്നും രാജി വച്ച ഇദ്ദേഹം രാജസ്ഥാനിലെ
ശ്രീറാം റയോൺസിൽ ചേരുകയും പരിശീലനക്കളരിയിലേക്ക് മാറുക
യുമായിരുന്നു. തുടർന്ന് ഇന്ത്യയിലെ ഒന്നാംകിട ടീമുകളിലൊന്നായി
ശ്രീറാംറയോൺസ് വോളിടീമിനെ വളർത്തിയെടുക്കുകയും ചെയ്തു.

കൂടാതെ നാഷണൽ വോളിബോൾ ചാമ്പ്യൻഷിപ്പുകളിൽ രാജസ്ഥാൻ സംസ്ഥാനടീമിന്റെ പരിശീലകനായും പ്രവർത്തിച്ചിട്ടുണ്ട്. തുടർന്ന് നിര വധി ഇന്ത്യൻ, ഇന്റർനാഷണൽ ചാമ്പ്യൻഷിപ്പുകളിൽ ഇന്ത്യൻടീമിന്റെ പരിശീലകനായി. ഈ മികവ് പരിഗണിച്ച് 1995 ൽ ഇന്ത്യൻവോളിബോൾ ഫെഡറേഷൻ, ദേശീയ സീനിയർ പുരുഷ വോളിബോൾ ടീമിന്റെ മുഖ്യ പരിശീലകനായി പരിഗണിക്കുകയും ചെയ്തു. ഇന്ത്യൻവോളിബോളിന് പരിശീലകനെന്ന നിലയിൽ ഇദ്ദേഹം നല്കിയ സംഭാവനകളുടെ അടി സ്ഥാനത്തിൽ 1995 ൽ കായിക പരിശീലകർക്ക് രാഷ്ട്രം നല്കുന്ന ഉന്നത ബഹുമതിയായ ദ്രോണാചാര്യ അവാർഡ് നല്കി ആദരിച്ചു. 1996 ൽ ദുബാ യിൽ നടന്ന റാഷിദ് ഇന്റർനാഷണൽ വോളിബോൾ ടൂർണമെന്റിൽ ഇന്ത്യൻ ടീം സ്വർണ്ണക്കപ്പ് നേടിയതും 1997, 2000 വർഷങ്ങളിൽ നടന്ന ടൂർണമെന്റുകളിലും, ചാമ്പ്യൻഷിപ്പുകളിലും ഉയർന്ന പ്രകടനം കാഴ്ച വയ്ക്കുന്നതിന് ഇന്ത്യൻ ടീമിനെ പ്രാപ്തമാക്കിയതും അദ്ദേഹത്തിന്റെ കഠിന പ്രയത്നത്തിന്റെ ഫലമായിട്ടാണ്.

ജി ഇ ശ്രീധരൻ

തമിഴ്നാട്ടിൽ ചെങ്കൽപ്പെട്ട് ജില്ലയിൽ പൂനം മല്ലിയിൽ ജി ഇ രാമച ന്ദ്രന്റെ മകനായി 1954 ജനുവരി 14 ന് ജി ഇ ശ്രീധരൻ ജനിച്ചു. ഇന്ത്യൻ വോളിബോളിന് തമിഴ്നാട് സംഭാവന ചെയ്ത മികച്ച താരമായിരുന്നു ശ്രീധരൻ. 1978 ൽ ബാങ്കോക്ക് ഏഷ്യൻ ഗെയിംസിലും, 1982 ന്യൂഡൽഹി ഏഷ്യൻ ഗെയിംസിലും, 1986 സോൾ ഏഷ്യൻ ഗെയിംസിലും ഇന്ത്യൻ കുപ്പായമണിഞ്ഞു. 1979 ൽ ബഹറിനിൽ നടന്ന ഏഷ്യൻ വോളി

ചാമ്പ്യൻഷിപ്പിലും, 1987 ൽ കുവൈറ്റിൽ നടന്ന ഏഷ്യൻ വോളിബോൾ ചാമ്പ്യൻ ഷിപ്പിലും 1989 സോൾ ഏഷ്യൻ ചാമ്പ്യൻ ഷിപ്പുകളിലും ഇന്ത്യൻ ടീമിലെ അംഗ മായി. 1987, 1989 വർഷങ്ങളിൽ നടന്ന സൗത്ത് ഏഷ്യൻ ഫെഡറേഷൻ ഗെയിംസ് കൂടാതെ 200 ലധികം ഇന്റർനാഷണൽ മത്സരങ്ങളിലും ഇന്ത്യൻ ടീമിലെ അംഗ മായിട്ടുണ്ട്. വോളിബോൾ കളിയുടെ മിക വാർന്ന പ്രകടനത്തിന്റെ അടിസ്ഥാന ത്തിൽ 1982 ൽ ഇന്ത്യയിലെ മികച്ച കളി ക്കാരനുള്ള അവാർഡായ അർജ്ജുന അവാർഡ് നല്കി രാജ്യം ആദരിച്ചു. 1992 ൽ നാഷണൽ ഇൻസ്റ്റിറ്റ്യൂട്ട് ഓഫ് സ്പോർട്സിൽനിന്നും വോളിബോൾ പരി ശീലന കോഴ്സും 1993 ൽ ബഹറിനിൽ നിന്നും FIVB ലെവൽ 1, 1998 ൽ ചെന്നയിൽനിന്നും FIVB ലെവൽ 2, 2010 ൽ ബഹറിനിൽനിന്നും ലെവൽ

3 തുടങ്ങി ഇന്റർനാഷണൽ വോളിബോൾ ഫെഡറേഷൻ നടത്തുന്ന മുഴു
വൻ പരിശീലന കോഴ്സുകളും കരസ്ഥമാക്കിയിട്ടുണ്ട്. ഇന്ത്യയിലെ മികച്ച
കളിക്കാരെന്നതിലുപരി മികച്ച പരിശീലകൻ കൂടിയായിരുന്നു ശ്രീധരൻ.
2007 ൽ ഇന്ത്യയിലെ മികച്ച കായിക പരിശീലകനുള്ള ദ്രോണാചാര്യ
അവാർഡും ഇദ്ദേഹത്തെ തേടിയെത്തി. 1992 മുതൽ 2017 വരെ ഇന്ത്യൻ
ടീം നിരവധി മെഡലുകൾ കരസ്ഥമാക്കിയതിനു പിന്നിൽ ഇദ്ദേഹത്തിന്റെ
പരിശ്രമവുമുണ്ട്. ഇപ്പോൾ ഇന്ത്യൻടീമിന്റെ മുഖ്യപരിശീലകനായും
ഇന്റർനാഷണൽ വോളിബോൾ ഫെഡറേഷന്റെ പ്രധാന ഇൻസ്ട്രക്ടായും
സേവനമനുഷ്ഠിച്ചു വരുന്നു.

പരിചയപ്പെടാം – കളിക്കാരെ

ജിമ്മി ജോർജ്

ലോകം കണ്ടിട്ടുള്ളതിൽ വച്ച് മികച്ച ഒരു വോളിബോൾ കളിക്കാ രനാണ് മലയാളിയായ ജിമ്മി ജോർജ്. കേരളത്തിൽ കണ്ണൂർ ജില്ലയിൽ പേരാ വൂർ കുടക്കച്ചിറ മലയോരഗ്രാമത്തിൽ 1955 മാർച്ച് 8 ന് ജോർജിന്റേയും മേരി യുടെയും മകനായിട്ടാണ് ജിമ്മിയുടെ ജനനം. ഇദ്ദേഹത്തിന്റെ ഏഴ് സഹോദ രന്മാരും ഈ കളിയിൽ മികവ് തെളിയി ച്ചിട്ടുള്ളവരാണ്. ഒരു വോളിബോൾ കളി ക്കാരൻ കൂടിയായ പിതാവ് ജോർജ് ആയിരുന്നു ജിമ്മിയുടെ ആദ്യ പരിശീല കൻ. കുട്ടിക്കാലം മുതൽ തന്നെ വോളി ബോൾ കളിയിൽ പൂർണ്ണമായും ശ്രദ്ധി ച്ചിരുന്നതിനാൽ 16-ാം വയസ്സിൽ തന്നെ യൂണിവേഴ്സിറ്റി, സംസ്ഥാന ടീമുകളിൽ കളിക്കുവാനുള്ള അവസരം ലഭിച്ചു. 19-ാം വയസ്സിൽ ജിമ്മി ഇന്ത്യൻ ടീമിലും അംഗമായി. കളിയെപ്പോലെ തന്നെ പഠനത്തിലും ശ്രദ്ധിച്ചിരുന്ന ഇദ്ദേഹത്തിന് 1975 ൽ തിരുവനന്തപുരം മെഡിക്കൽ കോളേജിൽ എം ബി ബി എസിന് അഡ്മിഷൻ ലഭിക്കുകയും കളിയോടുള്ള അതിയായ പ്രണയം മൂലം ഒരു വർഷത്തിനുശേഷം വൈദ്യശാസ്ത്രപഠനം ഉപേ ക്ഷിക്കുകയും ചെയ്തു. ഈ കാലയളവിൽ 1976 ൽ കായിക മേഖല യിലെ മികച്ച ബഹുമതിയായ അർജ്ജുന അവാർഡ് ജിമ്മി ജോർജിന്

ലഭിച്ചു. എക്കാലവും വോളിബോളിനുവേണ്ടി ജീവിതം അർപ്പിച്ച ഒരാളാ
യിരുന്നു ജിമ്മി.

1976 നവംബറിൽ കേരളാപൊലീസിൽ സർക്കിൾ ഇൻസ്പെക്ടറായി
ചേരുകയും ഈ വോളിബോൾ ടീമിന്റെ പ്രധാന കളിക്കാരനാവുകയും
ചെയ്തു. കളിയിൽ സ്വന്തമായ ഒരു ആക്രമണ ശൈലി അവലംബിച്ച
കളിക്കാരനായിരുന്നു ജിമ്മി. വോളിബോൾ കോർട്ടുകളിൽ ഇടിമുഴക്കം
കേൾപ്പിക്കുന്ന പവർ സ്മാഷുകൾ എതിർടീമിന്റെ പ്രതിരോധ നിരയെ
വിഷമത്തിലാക്കിയിട്ടുണ്ട്. ഇന്ത്യയിൽ ജമ്പ് സർവ്വീസ് എന്ന നൂതന
ടെക്നിക് ആദ്യമായി അവതരിപ്പിച്ചത് ജിമ്മിയാണ്. മറ്റ് കളിക്കാരേക്കാൾ
ഉയരത്തിൽ ആകാശത്തേക്ക് കുതിക്കുവാനുള്ള കഴിവ് പല മത്സരങ്ങ
ളിലും ഇതര രാജ്യാന്തര കളിക്കാരെ പലപ്പോഴും തളർത്തിയിട്ടുണ്ട്.
ഓരോ പന്തിന്റേയും ആക്രമണത്തിനു വേണ്ടിയുള്ള ഓരോ ചാട്ടം കഴി
യുമ്പോഴും അദ്ദേഹം കൂടുതൽ കൂടുതൽ മുകളിലേക്ക് കുതിക്കുക
യാണോ എന്ന് കാണികൾക്ക് തന്നെ സംശയം ജനിപ്പിച്ചിട്ടുണ്ട്.

ജിമ്മിജോർജ് 1979 മുതൽ കേരളാ പൊലീസിൽനിന്നും അവധിയെ
ടുത്ത് പ്രൊഫഷണൽ വോളിബോൾ രംഗത്തേക്ക് കടക്കുകയും അബു
ദാബി ക്ലബ്ബിൽ ചേർന്നു. നാല് വർഷക്കാലം ഗൾഫ് രാജ്യങ്ങളിൽ ഇടിമി
ന്നലായി പ്രശസ്തിയാർജ്ജിച്ച അദ്ദേഹം 1982 ൽ വോളിബോൾ കളി
യുടെ പ്രൊഫഷണൽ രാജ്യങ്ങളിലൊന്നായ ഇറ്റലിയിലേക്ക് പോയി. കരു
ത്തുറ്റ ഒരു കാലഘട്ടം ഇറ്റലിക്കുവേണ്ടി സമർപ്പിച്ച ജിമ്മി കൊളേറ്റോ,
സിസ്റ്റം ഇംപയാനി, യൂറോസിബ എന്നീ വോളിബോൾ ക്ലബ്ബുകൾക്കു
വേണ്ടി കളിച്ചു. 1987 നവംബർ 30 ന് ഇറ്റലിയിലെ മിലാനിൽ വച്ചുണ്ടായ
കാറപകടത്തിലൂടെ അദ്ദേഹത്തിന്റെ ജീവൻ നഷ്ടപ്പെടുകയായിരുന്നു.

ജിമ്മിജോർജിന്റെ മഹത്തായ സംഭാവനകളിൽ ഒന്നാണ് 1986 ലെ
സോൾ ഏഷ്യാഡിൽ ജപ്പാനെതിരെ ഇന്ത്യ നേടിയ വെങ്കല മെഡൽ.
ഇന്ത്യാക്കാർക്കും പ്രത്യേകിച്ച് കേരളീയർക്കും അദ്ദേഹത്തെ അനശ്വര
നാക്കുന്നത് ഈ നേട്ടം കാരണമാണ്. ജിമ്മിയുടെ പകരക്കാരനായി ഒരു
കളിക്കാരനെ കായിക കേരളത്തിന് ഇതുവരേയും വളർത്തിയെടുക്കു
വാൻ കഴിയാത്ത നഷ്ടബോധം വോളിബോൾ പ്രേമികളുടേയും പരി
ശീലകരുടേയും മനസ്സിൽ എന്നെന്നും നിലനില്ക്കുകതന്നെ ചെയ്യും.
അദ്ദേഹത്തോടുള്ള സ്നേഹത്തിന്റേയും ഓർമ്മയുടേയും സൂചകമായി
ജന്മനാട്ടിൽ പ്രവർത്തിക്കുന്ന ജിമ്മിജോർജ് ഫൗണ്ടേഷൻ വോളിബോൾ
അക്കാഡമി മറ്റൊരു ജിമ്മിയെ വളർത്തിയെടുക്കുമെന്ന് പ്രതീക്ഷിക്കാം.

വി ജെ ജോസഫ്

എറണാകുളം ജില്ലയിൽ വാഴക്കുളം വടക്കേക്കര നമ്പ്യാപറമ്പിൽ
വീട്ടിൽ ഔസേപ്പിന്റേയും ബ്രിജീത്തയുടെയും മകനായി 1927 ജൂലൈ 4 ന്
വി ജെ ജോസഫ് ജനിച്ചു. ഇൻഫന്റ് ജീസസ് ഹൈസ്കൂളിൽ പഠിക്കുന്ന
കാലഘട്ടത്തിലാണ് വോളിബോൾ കളിയുടെ ബാലപാഠങ്ങൾ അഭ്യസിച്ചു

തുടങ്ങിയത്. 1945 ൽ 17-ാം വയസ്സിൽ ഇന്ത്യൻ എയർ ഫോഴ്സിൽ ചേരുന്ന തോടെ കളിയുടെ പടവുകൾ കയറി ത്തുടങ്ങി. തുടർന്ന് 10 വർഷക്കാലം ഇന്ത്യൻ എയർ ഫോഴ്സ് ടീമിന്റെ നായ കനായി. 1952 മുതൽ സീനിയർ നാഷ ണൽ വോളിബോൾ ചാമ്പ്യൻഷിപ്പിൽ 4 വർഷം മദ്രാസിനേയും 2 വർഷം സർവ്വീ സസിനേയും പ്രതിനിധീകരിച്ചു. 1954 ൽ ഇന്ത്യ-ശ്രീലങ്ക ടെസ്റ്റ് മത്സരങ്ങളിൽ ഇന്ത്യയെ നയിച്ചത് വി ജെ ജോസഫായിരുന്നു. ശ്രീലങ്കയിൽ വച്ച് നടന്ന 16 ടെസ്റ്റ് മത്സരങ്ങളുടെ പരമ്പര

കളിലും ഇന്ത്യ വിജയം നേടിയിരുന്നു. 1955 ൽ ഇന്ത്യ-റഷ്യ ടെസ്റ്റ് മത്സ രങ്ങളിലും അദ്ദേഹം ഇന്ത്യൻ കുപ്പായമണിഞ്ഞു. 1957 ൽ ഉത്തർ പ്രദേ ശിൽ വച്ച് നടന്ന സീനിയർ ദേശീയ വോളിബോൾ ചാമ്പ്യൻഷിപ്പിൽ വിജയിച്ച സർവ്വീസസ് ടീമിലെയും അംഗമായി. ഒരു കാലഘട്ടം മുഴു വൻ കേരളക്കരയിലെ ആവേശമായിരുന്ന ചങ്ങനാശ്ശേരി ഭരതൻനായർ സഹകളിക്കാരനാണ്. 1962 ൽ നാഷണൽ സ്പോർട്സ് ഇൻസ്റ്റിറ്റ്യൂട്ടിൽ നിന്നും വോളിബോൾ പരിശീലന ബിരുദം കരസ്ഥമാക്കിയ ജോസഫ് തുടർന്ന് പരിശീലനക്കളരിയിലേക്ക് ചുവടുമാറുകയായിരുന്നു. ഈ കാല യളവിൽ ഇന്ത്യയിലും വിദേശത്തു നിന്നുമായി അംഗീകരിക്കപ്പെട്ട 10 ലധികം പരിശീലനകോഴ്സുകൾക്ക് അദ്ദേഹം അർഹത നേടിയിട്ടുണ്ട്. കൂടാതെ നാഷണൽ സ്പോർട്സ് ഇൻസ്റ്റിറ്റ്യൂട്ട്, സ്പോർട്സ് അതോറിറ്റി ഓഫ് ഇന്ത്യ എന്നിവിടങ്ങളിലെ വോളിബോൾ പരിശീലകനായും പ്രവർത്തിച്ചിട്ടുണ്ട്. 1977 ൽ സായ്, സോണൽ ഓഫീസറായി അദ്ദേഹം വിരമിച്ചു. ദേശീയ വോളിബോൾ ഫെഡറേഷന്റെ ടെക്നിക്കൽ കമ്മിറ്റി അംഗം, കേരളസംസ്ഥാന വോളിബോൾ അസോസിയേഷൻ റഫറീസ് ബോർഡ് ചെയർമാൻ എന്നീനിലകളിൽ പ്രവർത്തിച്ചിട്ടുണ്ട്. 2002 സെപ്തം ബർ 24 ന് അദ്ദേഹം അന്തരിച്ചു.

ഭാര്യ: ബഞ്ചമ്മ, മക്കൾ: ബ്രിജീത്ത, ഔസേപ്പച്ചൻ, ആലീസ്, തോമസ്, സിറിയക്, ജേക്കബ്, പോൾ.

ടി പി പത്മനാഭൻ നായർ (ടി പി പി നായർ)

കണ്ണൂർ ജില്ലയിൽ ചെറുകുന്ന് തെക്കുംപാടൻ പുത്തൻവീട്ടിൽ ടി വി നാരായണപിഷാരടിയുടെയും രാധക്കുട്ടിയമ്മയുടെയും മകനായി 1934 ആഗസ്ത് 30 ന് ടി പി പി നായർ ജനിച്ചു. ചെറുകുന്ന് ബോർഡ് ഹൈസ്കൂ ളിൽ നിന്നും 1951 ൽ മെട്രിക്കുലേഷൻ പാസായി. 1951 ൽ തന്നെ ചെന്നൈ യിൽ ഇന്ത്യൻ എയർഫോഴ്സിൽ ചേർന്നു. ഈ കാലയളവിൽ

എയർഫോഴ്സ് ടീമിന്റെ നായകനായിരുന്ന വി ജെ ജോസഫാണ് വോളിബോൾ കളി തുടരാൻ പ്രോത്സാഹിപ്പിച്ചതും പരിശീലിപ്പിച്ചതും. മൂന്നു മാസങ്ങൾക്കകംതന്നെ ഇന്ത്യൻ എയർഫോഴ്സ് വോളിബോൾ ടീമിൽ അംഗമായി. ഇത് അദ്ദേഹത്തിന്റെ തുടർന്നുള്ള ഔദ്യോഗികജീവിതത്തിന്റെ വഴിത്തിരിവായിരുന്നു. 1951 മുതൽ 1960 വരെ സർവ്വീസസിനുവേണ്ടിയും കളിച്ചു. തുടർന്ന് ഇന്ത്യൻ റെയിൽവേയിലേക്ക് മാറുകയും ചെയ്തു. 1961 ൽ നാഷണൽ വോളിബോൾ ചാമ്പ്യൻഷിപ്പിൽ റെയിൽവേ ടീമിനെ വിജ

യത്തിലെത്തിച്ചതിൽ കഠിനപരിശ്രമം ടി പി പി നായരുടേതാണ്.

ടി ടി പി നായർ പങ്കെടുത്ത അന്തർദ്ദേശീയ മത്സരങ്ങൾ

വർഷം	മത്സരങ്ങൾ	സ്ഥലം
1954	ഇന്ത്യ-റഷ്യ ടെസ്റ്റ് മത്സരങ്ങൾ	
1956	നാഷണൽ വോളിബോൾ ചാമ്പ്യൻഷിപ്പ്	പട്യാല
1956–1962	നാഷണൽ വോളിബോൾ ചാമ്പ്യൻഷിപ്പുകൾ	
1957	നാഷണൽ വോളിബോൾ ചാമ്പ്യൻഷിപ്പ്	അലഹബാദ്
1958	മൂന്നാമത് ഏഷ്യൻ ഗയിംസ് (വെങ്കലം)	ജപ്പാൻ
1959	ഇന്ത്യ - ശ്രീലങ്ക ടെസ്റ്റ് മത്സരങ്ങൾ	ഇന്ത്യ
1960	ഇന്ത്യ - അമേരിക്ക ടെസ്റ്റ് മത്സരങ്ങൾ	ഇന്ത്യ
1960	നാഷണൽ വോളിബോൾ ചാമ്പ്യൻഷിപ്പ്	ഡൽഹി

ഇത്രയധികം അന്തർദ്ദേശീയ-ദേശീയ മത്സരങ്ങളിൽ പങ്കെടുത്തിട്ടുള്ള അന്തർദ്ദേശീയ നിലവാരം പുലർത്തിയ ടി പി പി നായരുടെ കായികമികവിനെ അർജ്ജുന അവാർഡുപോലുള്ള അംഗീകാരങ്ങൾ മിക്ക സാഹചര്യങ്ങളിലും അവഗണിക്കുകയായിരുന്നു. ഒരു കളിക്കാരനെന്ന നിലയിലും പരിശീലകനെന്ന നിലയിലും കായികലോകത്തിന് ഇത്രയധികം സംഭാവനകൾ നല്കിയ വ്യക്തികൾ വേറെ ഇല്ലെന്നുതന്നെ പറയാം. ഒരു കാലഘട്ടം മുഴുവൻ കായികമേഖലയ്ക്ക് ജീവിതം അർപ്പിച്ച ടി പി പി നായർക്ക് 2015 ൽ ധ്യാൻചന്ദ് അവാർഡ് ഇന്ത്യൻ രാഷ്ട്രപതി നല്കി ആദരിച്ചു. 1992 ൽ ഇന്ത്യൻ റെയിൽവേയിൽനിന്നും വിരമിച്ച ഇദ്ദേഹം മഹാരാഷ്ട്രയിലെ താന ജില്ലയിൽ മീര റോഡിൽ ജാൻഗിഡ് കോളനിയിൽ താമസിക്കുന്നു.

ഭാര്യ: ഓമന, മക്കൾ: പ്രദീപ്, പ്രമീള

ടി സി ജോസഫ് (പപ്പൻ)

എറണാകുളം വരാപ്പുഴ തേങ്ങാപ്പുരയ്ക്കൽ ദേവസിയുടെ മകനായി 1940 ലാണ് ജോസഫ് എന്ന പപ്പന്റെ ജനനം. നാട്ടിലെ യങ്ങ്സ്റ്റേഴ്സ് വോളിബോൾ ക്ലബ്ബിൽനിന്നാണ് കളിയുടെ ബാലപാഠങ്ങൾ അഭ്യസിച്ചത്. വടകര പപ്പൻ എന്ന കളിക്കാരനെ വടകരയിൽ നടന്ന ഒരു ടൂർണമെന്റിൽ, കളിക്കിടയിൽ തന്റെ മികവാർന്ന സ്മാഷുകൾ കൊണ്ട് കളിക്കളത്തിൽ വീഴ്ത്തുകയുണ്ടായി. എതിർക്കോർട്ടിലെത്തിയ വടകരപപ്പൻ തന്റെ അപരനാമം ജോസഫിന് നല്കുകയും പിന്നീട് ജോസഫ് എല്ലാ പേർക്കും പ്രിയപ്പെട്ട പപ്പനായി മാറുകയും ചെയ്തു. ഇതുപോലെ റഷ്യയിൽ ഒരു ഇൻഡോർ സ്റ്റേഡിയത്തിൽ നെറ്റ് പ്രാക്ടീസ് ചെയ്യുമ്പോൾ പപ്പൻ അടിച്ച പന്ത് ഗ്രൗണ്ടിൽ തട്ടി ഉയർന്ന് സ്റ്റേഡിയത്തിന്റെ മുകളിൽ പതിച്ചു. ഇതും പപ്പന്റെ അമാനുഷിക പ്രകടനങ്ങളിലൊന്നാണ്.

1958 ൽ എട്ടാം ക്ലാസിൽ പഠിക്കുമ്പോഴാണ് പപ്പൻ ആദ്യമായി സംസ്ഥാന ടീമിലെത്തുന്നത്. 1960 ൽ ഇന്ത്യൻ ടീമിലുമെത്തി. ഇതേ വർഷം നടന്ന ജക്കാർത്ത ഏഷ്യാഡിൽ ഇന്ത്യ ഫൈനലിൽ കടക്കുന്നത് പപ്പന്റെ കരുത്ത് കൊണ്ട് മാത്രമാണ്. 1963 ലെ പ്രീ ഒളിമ്പിക്സ്, 1964 ലെ റഷ്യൻ ചാമ്പ്യൻഷിപ്പിലും മിന്നുന്ന പ്രകടനം കാഴ്ചവച്ച ഈ കളിക്കാരൻ ചുരുങ്ങിയ കാലം കൊണ്ട് അന്തർദ്ദേശീയ കളിക്കാരുടെ നിലവാരത്തിലേക്ക് ഉയർന്നു. എഫ് എ സി ടി യിൽ ജോലിയിൽ പ്രവേശിച്ച്, ഈ ടീമിനെ ദേശീയ ശ്രദ്ധ പിടിച്ചു പറ്റിയ ടീമുകളുടെ നിരയിലേയ്ക്ക് എത്തിച്ചവരിൽ പ്രധാനി പപ്പനായിരുന്നു. എഫ് എ സി ടി യുടെ സ്പോർട്സ് ഓഫീസറായി സേവനം അനുഷ്ഠിച്ചിരുന്നു. 1991 ജൂലൈ 25 ന് ടി സി ജോസഫ് എന്ന പപ്പൻ കായിക ലോകത്ത് നിന്നും കാലയവനികയിലേക്ക് മറഞ്ഞു.

വി പി കുട്ടികൃഷ്ണൻ

കണ്ണൂർ പെരളശ്ശേരി മാണിക്കോത്ത് ചാലിൽ ഗോവിന്ദൻ നമ്പ്യാരുടെയും അമ്മാളു അമ്മയുടെയും മകനായി 1944 ഫെബ്രുവരി 13-ാം തീയതി കുട്ടികൃഷ്ണൻ ജനിച്ചു. പെരളശ്ശേരി ഗവൺമെന്റ് സ്കൂളിൽനിന്നും ഹൈസ്കൂൾ വിദ്യാഭ്യാസം പൂർത്തിയാക്കി. വോളിബോൾ പരിശീലകനായ മുകുന്ദൻ നമ്പ്യാരുടെ നിർദ്ദേശ പ്രകാരമാണ് 1964 ൽ ഇ എം ഇ വോളിബോൾ ടീമിൽ ചേരുന്നത്. ഈ ടീമിലെ തീവ്രമായ പരിശീലനം സീനിയർ വോളീബോൾ ചാമ്പ്യൻഷിപ്പിൽ 1966 ൽ ഹൈദ്രാബാദിന്

വേണ്ടിയും 1968 ൽ ആന്ധ്രപ്രദേശിനു വേണ്ടിയും കളിക്കളത്തിലിറങ്ങാൻ സഹായകമായത്. 1969 മുതൽ 72 വരെ വി പി, സർവ്വീസസിനുവേണ്ടി കളിക്കുകയും 1972 ൽ ജോലിയിൽനിന്നും വിര മിക്കുകയും ചെയ്തു. 1973 ൽ ബാംഗ്ലൂർ ഇന്ത്യൻ ടെലിഫോൺ ഇൻഡസ്ട്രി വോളി ബോൾ ടീമിൽ ചേരുകയും 1973, 1974 വർഷങ്ങളിൽ സീനിയർ ദേശീയ വോളി ബോൾ ചാമ്പ്യൻഷിപ്പുകളിൽ കർണ്ണാട കയ്ക്ക് വേണ്ടി കളിക്കുകയും ചെയ്തി ട്ടുണ്ട്. 1970, 1971 വർഷങ്ങളിൽ രാജ്യത്തി നകത്തും പുറത്തും നടന്ന ടെസ്റ്റ് മത്സ രങ്ങളിലും 1974 ൽ ഇറാനിലും, 1978 ൽ ബാങ്കോങ് തുടങ്ങിയ ഏഷ്യൻ ഗെയിംസുകളിലും ഇന്ത്യൻ കുപ്പായമണിഞ്ഞിട്ടുണ്ട്. 1970 മുതൽ 1978 വരെ ഇന്ത്യൻ ടീമിലെ സജീവ സാന്നിദ്ധ്യമായിരുന്നു കുട്ടികൃഷ്ണൻ. 1978-1979 ൽ ഇന്ത്യയിലെ മികച്ച കായിക താരങ്ങൾക്കുള്ള ബഹുമതി യായ അർജ്ജുന അവാർഡ് നല്കി അദ്ദേഹത്തെ രാജ്യം ആദരിച്ചു. എന്നാൽ അദ്ദേഹത്തിന് ഒരിക്കലും കേരളത്തിനുവേണ്ടി കളിക്കുവാൻ കഴിഞ്ഞിട്ടില്ല എന്നത് മലയാളി ആരാധകർക്ക് തീരാ നഷ്ടമായി നില നില്ക്കുന്നു. ഇപ്പോൾ സൂററ്റിൽ പെട്രോളിയം വ്യവസായം നടത്തി വരു ന്നു.

ഭാര്യ: ജയശ്രീ. മകൻ: ശരത്.

പി സി ഏലിയാമ്മ

എറണാകുളം ജില്ലയിൽ നാമക്കുഴി പള്ളിത്താഴത്ത് വീട്ടിൽ ചാക്കോ- അന്നമ്മ ദമ്പതികളുടെ മകളായി 1946 ജൂൺ 21-ാം തീയതി പി സി ഏലിയാമ്മ ജനിച്ചു. നാമക്കുഴി വർഗ്ഗീസിന്റെ ശിക്ഷ ണത്തിൽ നാമക്കുഴി സഹോദരിമാർ എന്നറിയപ്പെട്ടിരുന്നവരിൽ ഒരാളാണ് ഏലി യാമ്മ. 1968 ൽ തിരുവനന്തപുരത്ത് നടന്ന സീനിയർ വോളിബോൾ ചാമ്പ്യൻഷിപ്പിൽ കേരളടീമിൽ ഇടം നേടുകയും പ്രസ്തുത ചാമ്പ്യൻഷിപ്പിൽ വിജയശില്പികളിൽ ഒരാളായി. 1972 ൽ കേരള പൊലീസ് ടീമിൽ അംഗമായി ഔദ്യോഗികജീവിതം ആരംഭിച്ചു. ഈ കാലഘട്ടത്തിൽ

നിരവധി തവണ ഇന്ത്യയുടെയും കേരള പൊലീസിന്റെയും കുപ്പായമ
ണിഞ്ഞിട്ടുണ്ട്. ഈ വ്യക്തിത്വത്തിന്റെ കായിക മികവിന് അർഹമായ
അംഗീകാരം ലഭിച്ചില്ലെങ്കിലും ഒരു കാലഘട്ടം മുഴുവൻ കേരളത്തിന്റെ
വോളി മനസ്സുകളുടെ ആവേശമായിരുന്നു. 1974 ൽ പാലായിൽ നടന്ന
സീനിയർ വനിതാ വോളിബോൾ ചാമ്പ്യൻഷിപ്പിൽ പശ്ചിമബംഗാളിനെ
തകർത്ത് കേരളം കിരീടം ചൂടുമ്പോൾ ഏലിയാമ്മയുടെ പ്രകടനം ജനം
ആവേശത്തോടെയാണ് നെഞ്ചേറ്റിയത്. ആ കാലഘട്ടം മുഴുവൻ കേരള
പൊലീസ് വനിത വോളിബോൾ ടീമിന്റെ നിറസാന്നിദ്ധ്യമായിരുന്ന ഏലി
യാമ്മ 2004 ൽ കേരള പൊലീസിൽനിന്നും ഡി വൈ എസ് പി യായി
വിരമിച്ചു.

ഭർത്താവ്: ജോയി മക്കൾ: ജാൻസി, ജോബി, ജെയ്സി

കെ സി ഏലമ്മ

എറണാകുളം ജില്ലയിൽ പിറവം
നാമക്കുഴി, കരിമ്പാക്കുഴിയിൽ ചാക്കോ-
ഏലിയാമ്മ ദമ്പതിമാരുടെ മകളായി 1951 ൽ
ജനിച്ചു. ഏത് ദരിദ്ര കുടുംബത്തിൽ ജനി
ച്ചാലും കഠിനാദ്ധ്വാനം കൊണ്ട് കായിക
രംഗത്ത് വളർച്ചയുടെ പടവുകൾ കീഴട
ക്കാൻ കഴിയുമെന്ന് തെളിയിച്ച ധീരവനി
തയും, കേരളം കണ്ട എക്കാലത്തേയും
മികച്ച വനിതാ വോളിബോൾ താരവു
മാണ് ഏലമ്മ. നാമക്കുഴി ജോർജ്
വർഗ്ഗീസ് എന്ന വ്യക്തി ആണ് ഈ കളി
യിലേക്ക് ഏലമ്മയെ എത്തിച്ചത്. 1968 ൽ
തിരുവനന്തപുരത്ത് നടന്ന സീനിയർ
ദേശീയ വോളിബോൾ ചാമ്പ്യൻഷിപ്പിൽ കേരള ടീമിൽ ഇടം നേടിയ
തോടെയാണ് കായിക രംഗത്ത് ശ്രദ്ധിക്കപ്പെട്ടു തുടങ്ങിയത്. 1969 ൽ രാജ
സ്ഥാനിലെ ഉദയപൂരിൽ നടന്ന ചാമ്പ്യൻഷിപ്പിൽ ഏലമ്മയും കൂട്ടരും
രണ്ടാം സ്ഥാനം കൊണ്ട് തൃപ്തിപ്പെട്ടെങ്കിലും, 1971 ൽ ബീഹാറിൽ നടന്ന
ദേശീയ ചാമ്പ്യൻഷിപ്പിൽ ഏലമ്മയുടെ നേതൃത്വത്തിൽ കളിക്കളത്തിലി
റങ്ങിയ ടീം, മൃണാളിനിയുടെ നേതൃത്വത്തിലിറങ്ങിയ പശ്ചിമബംഗാളിനെ
തോൽപിച്ച് കൊണ്ട് ചരിത്രത്തിലാദ്യമായി കേരളത്തെ ചാമ്പ്യന്മാരാക്കി.
1972 ൽ ഏലമ്മ കേരളാ പൊലീസിൽ ചേർന്നു. തുടർന്ന് പൊലീസ്
വോളിബോൾ ടീമിന്റെ സുവർണ്ണ കാലമായിരുന്നു. ഈ കാലയളവിൽ
കേരളാ പൊലീസിനും ഇന്ത്യക്കും വേണ്ടി നിരവധി തവണ കളത്തിലി
റങ്ങിയിട്ടുണ്ട്. ഇതേ വർഷം തിരുവനന്തപുരത്ത് നടന്ന ദേശീയ
ചാമ്പ്യൻഷിപ്പിൽ ഏലമ്മയടങ്ങിയ മലയാളി ടീം, ഒന്നാം സ്ഥാനം കൈവ

രിച്ചു. 1974 ൽ പാലയിൽ നടന്ന ചാമ്പ്യൻഷിപ്പിൽ ഏലമ്മയുടെ നേതൃത്വ ത്തിലുള്ള കേരളാ ടീം പശ്ചിമ ബംഗാളിനെ തകർത്ത് വീണ്ടും കിരീടം ചൂടി. 1975 ലും ഇതേ സ്ഥിതി തുടർന്നു. ഈ കാലഘട്ടത്തിലാണ് ഇന്ത്യ യിലെ മികച്ച കായിക താരങ്ങൾക്ക് നല്കുന്ന കായിക ബഹുമതിയായ 'അർജ്ജുന അവാർഡ്' കെ സി ഏലമ്മയെ തേടിയെത്തിയത്. ഇന്ത്യ യിൽ ആദ്യമായി അർജ്ജുന അവാർഡ് കരസ്ഥമാക്കുന്ന വനിതയും ഏലമ്മയാണ്. തുടർച്ചയായി 15 വർഷം ഇന്ത്യക്ക് വേണ്ടി കളിച്ചിട്ടുള്ള ഏലമ്മ ഇരുകൈകൊണ്ടും ഒരേ പവറിൽ കോർട്ടിൽ പന്ത് അടിക്കുന്ന ഒരു ആൺകുട്ടി എന്നാണ് അറിയപ്പെട്ടിരുന്നത്. ആയതിനാൽ 'വനിതാ പപ്പൻ' എന്ന ഓമനപ്പേരും പതിഞ്ഞു. ഇതുപോലൊരു കളിക്കാരിയെ ഇന്ത്യയിൽ പിന്നീടൊരിക്കലും കാണുവാൻ കഴിഞ്ഞിട്ടില്ല. 1972 ൽ കേരളാ പൊലീസിൽ കോൺസ്റ്റബിൾ ആയി ജോലിയിൽ പ്രവേശിക്കുകയും തുടർച്ചയായി ലഭിച്ച സ്ഥാനക്കയറ്റത്തിലൂടെ പൊലീസ് സൂപ്രണ്ടായി (എസ് പി) 2007 ൽ സർവ്വീസിൽനിന്നും വിരമിച്ചു.

ഭർത്താവ്: രഘുരാമൻ. മകൾ: പഞ്ചമി മനു.

ജോൺസൺ ജേക്കബ്

ആലപ്പുഴ ചെങ്ങന്നൂർ ബുധന്നൂർ നന്ത്യാട്ട് വീട്ടിൽ എൻ കെ ചാ ക്കോയുടേയും ആലീസിന്റേയും മകനായി 1953 ഒക്ടോബർ 10-ാം തീയതി ജോൺസൺ ജേക്കബ് ജനിച്ചു. കോഴഞ്ചേരി സെന്റ് തോമസ് ഹൈസ്കൂ ളിൽ നിന്നും പത്താം ക്ലാസ് വിദ്യാഭ്യാസം പൂർത്തിയാക്കി ചെങ്ങന്നൂർ ക്രിസ്ത്യൻ കോളേജിൽ പ്രീഡിഗ്രിക്ക് ചേർന്നു. തുടർന്ന് തിരുവനന്ത പുരം ഗവൺമെന്റ് എൻജിനീയറിങ് കോളേജിൽ പഠിക്കുന്ന കാലഘട്ട ത്തിലാണ്, 1974 ലെ പാലാ സീനിയർ നാഷണൽ വോളി ചാമ്പ്യൻഷി പ്പിൽ പങ്കെടുക്കുന്ന സംസ്ഥാന ടീമിന്റെ പരിശീലനം ഗവൺമെന്റ് എൻജി നീയറിങ് കോളേജിൽ വച്ച് നടക്കുന്നത്. ഈ ടീമിന്റെ മുഖ്യ പരിശീലക നായ ഭാസ്കരക്കുറുപ്പ്, ജോൺസന്റെ ഉയരം (6 അടി 4 ഇഞ്ച്) കണ്ട് സംസ്ഥാന ക്യാമ്പിൽ പങ്കെടുക്കുവാൻ ആവശ്യ പ്പെട്ടു. തുടർന്ന് 1975 ആഗസ്തിൽ പ്രീമി യർ ടയേഴ്സിൽ ട്രെയിനിങ് എഞ്ചിനീ യറായി ജോലിയിൽ പ്രവേശിക്കുകയും വോളിബോൾ ടീമിൽ അംഗമാവുകയും ചെയ്തു. 1976 ൽ പശ്ചിമബംഗാളിൽ വച്ചു നടന്ന ദേശീയ വോളി ചാമ്പ്യൻഷി പ്പിൽ കേരളത്തിന്റെ കുപ്പായമണിഞ്ഞു. 1977 നവംബറിൽ കെ എസ് ഇ ബി യിൽ നിയമനം ലഭിക്കുകയും വോളിബോൾ

ടീമിൽ അംഗമാവുകയും ചെയ്തു. 1978 ൽ പ്രൊഫഷണൽ വോളിബോൾ രംഗത്ത് എത്തിച്ചേർന്ന് രണ്ട് വർഷക്കാലം അബുദാബി സ്പോർട്സ് ക്ലബ്ബിനുവേണ്ടി കളിച്ചു. 1980 ൽ തിരികെയെത്തിയ ജോൺസൺ കോഴിക്കോട് വച്ചു നടന്ന സീനിയർ നാഷണൽ വോളി ചാമ്പ്യൻഷിപ്പിൽ കേരള ടീമിന്റെ ഭാഗമായി. തുടർന്ന് 1979 മുതൽ 1988 വരെ സീനിയർ ദേശീയ ചാമ്പ്യൻഷിപ്പുകളിലെ കേരള ടീമിന്റെ നിറ സാന്നിദ്ധ്യമായിരുന്നു. 1981 ൽ അദ്ദേഹം ആദ്യമായി ഇന്ത്യൻ ടീമിൽ ഇടം നേടുകയും ചെയ്തു. 1994 ൽ ഇന്റർ നാഷണൽ വോളിബോൾ ഫെഡറേഷൻ നടത്തുന്ന വോളിബോൾ പരിശീലന കോഴ്സ് (ലെവൽ-1) ബഹറിനിൽനിന്നും പൂർത്തിയാക്കി. 1995 ൽ ജമ്മുകാശ്മീരിൽ വച്ചു നടന്ന ദേശീയ സീനിയർ വോളിബോൾ ചാമ്പ്യൻഷിപ്പിൽ പങ്കെടുത്ത കേരള ടീമിന്റെ മുഖ്യ പരി ശീലകനാവുകയും ചെയ്തു. 2008 ൽ ഒക്ടോബറിൽ തിരുവനന്തപുരം വൈദ്യുതി ഭവനിൽനിന്നും ടെക്നിക്കൽ മെമ്പറായി വിരമിച്ചു.

ഭാര്യ : ജിജി. മക്കൾ. ജിയാൻ, ജുബിൻ.

പങ്കെടുത്ത ദേശീയ അന്തർദ്ദേശീയ മത്സരങ്ങൾ

1985	നാഷണൽ ഗെയിംസ്	ഡൽഹി
1988	നാഷണൽ ഗെയിംസ്	കോഴിക്കോട്
1981	കോമൺവെൽത്ത് വോളിബോൾ ചാമ്പ്യൻഷിപ്പ്	ഇംഗ്ലണ്ട്
1981	ഇന്ത്യ-റഷ്യ ടെസ്റ്റ് മത്സരം	മോസ്കോ
1982	ഇന്റർ നാഷണൽ ഗുഡ്വിൽ ടൂർണമെന്റ്	സിയോൾ
1982	ഇന്ത്യ-ജപ്പാൻ ടെസ്റ്റ് മത്സരം	ടോക്കിയോ
1982	ഇന്ത്യ-ചൈന ടെസ്റ്റ് മത്സരം	വിശാഖപട്ടണം
1982	ഇന്ത്യ - ജപ്പാൻ ടെസ്റ്റ് മത്സരം	കേരളം

എസ് ഗോപിനാഥ്

ഇടുക്കി ജില്ലയിൽ തൊടുപുഴ ഗായത്രി ഭവനിൽ ശങ്കരൻനായരുടെ പുത്രനായി 1954 ൽ ഗോപിനാഥ് ജനിച്ചു. പ്രാദേശിക വോളിബോൾ കളി ക്കാരായ മൂത്ത സഹോദരൻമാരുടെ പാത പിൻതുടർന്ന് നാട്ടിലെ വോളി ബോൾ ക്ലബ്ബിലൂടെയാണ് കളി ആരംഭിക്കുന്നത്. പന്ത് സെറ്റ് ചെയ്യുന്ന തിലെ മികവ് മനസ്സിലാക്കിയ ക്ലബ്ബിലെ മുതിർന്ന കളിക്കാരനായ രവി യാണ് സെറ്ററായി കളിതുടരാൻ പ്രോത്സാഹിപ്പിച്ചത്. 1973 ൽ ന്യൂമാൻ കോളേജിൽ ചേർന്നു. അതേവർഷം കേരള യൂണിവേഴ്സിറ്റി ടീമിൽ അംഗമാവുകയും അഖിലേന്ത്യ അന്തർ സർവ്വകലാശാല ടൂർണമെന്റ്

വിജയിയാവുകയും ചെയ്തു. ഈ ടീമിന്റെ മുഖ്യസെറ്റർ എസ് ഗോപിനാ ഥായിരുന്നു. ഇതേവർഷം ദേശീയ സീനി യർ വോളി ചാമ്പ്യൻഷിപ്പിൽ കേരള ത്തിന്റെ കുപ്പായമണിഞ്ഞു. പിന്നെ ഒരി ക്കലും ഗോപിനാഥിന് പിറകിലോട്ട് തിരിഞ്ഞ് നോക്കേണ്ടി വന്നിട്ടില്ല. തുടർന്ന് 1974 ൽ ജിമ്മി, കുട്ടികൃഷ്ണൻ എന്നിവർക്കൊപ്പം ആദ്യമായി ഇന്ത്യൻ ടീമിന്റെ സെറ്ററായി. എന്നാൽ ആ വർഷം ഇറാനിൽ നടന്ന ഏഷ്യൻ ഗെയിംസിൽ അഞ്ചാം സ്ഥാനം കൊണ്ട് തൃപ്തിപ്പെടേണ്ടി വന്നു. 1975 ൽ കേരള

പൊലീസിൽ ഔദ്യോഗിക ജീവിതം ആരംഭിച്ചു. 1976 ൽ ടീമിനെ ശക്തി പകർന്ന് കൊണ്ട് ജിമ്മി കൂടി എത്തിച്ചേർന്നപ്പോൾ കേരള പൊലീസ് ഇന്ത്യയിലെ മുൻനിര ടീമുകളിലൊന്നായി. തുടർന്ന് 1976, 1981 വർഷങ്ങ ളിൽ അദ്ദേഹം കേരള സീനിയർ ടീമിനെ നയിച്ചു. 1986 ൽ സായിയിൽ നിന്നും N I S പരിശീലന ബിരുദം കരസ്ഥമാക്കിയ ഗോപിനാഥ് കേരളാ പൊലീസിന്റേയും സംസ്ഥാന ടീമിന്റേയും പരിശീലകനായി പ്രവർത്തി ച്ചിട്ടുണ്ട്. കളിക്കാരനൊപ്പം ഒരു മികച്ച സംഘാടകൻ കൂടി ആയിരുന്ന ഇദ്ദേഹം, കേരളം വേദിയായ 2015 ലെ ദേശീയ ഗെയിംസിന്റെ മുഖ്യ സംഘാടകരിൽ ഒരാൾ എസ് ഗോപിനാഥ് ആയിരുന്നു. കായിക രംഗത്ത് എന്ന പോലെ ഔദ്യോഗിക രംഗത്തും മികവ് പുലർത്തിയ വ്യക്തിയായി രുന്നു ഗോപിനാഥ്. 1993, 2009, വർഷങ്ങളിൽ വിശിഷ്ട സേവനത്തിനുള്ള രാഷ്ട്രപതിയുടെ പുരസ്കാരം ലഭിച്ചിട്ടുണ്ട്. 2015 ൽ തൃശൂർ റേഞ്ച് ഐ ജി ആയി വിരമിക്കുന്നതിനുമുൻപ് തന്നെ ഐ പി എസ് പദവിയും ഇദ്ദേ ഹത്തെ തേടി എത്തിയിരുന്നു. വോളിബോൾ പരിശീലന കാലഘട്ടത്തി ലുള്ള ടീം കൂട്ടായ്മയുടേയും ഏകോപനത്തിന്റേയും ബാല പാഠങ്ങളിൽനിന്നും കൈവരിച്ച അനുഭവങ്ങളാണ് ഔദ്യോഗിക ജീവിത ത്തിൽ അദ്ദേഹത്തിന് ഏറെ സഹായമായിട്ടുള്ളത്. രാജീവ്ഗാന്ധി സെന്റർ ഫോർ ബയോ ടെക്നോളജിയിലെ ശാസ്ത്രജ്ഞ ഡോ. ജയയാണ് ഭാര്യ.

കെ എസ് അന്നക്കുട്ടി

കോട്ടയം ജില്ലയിൽ മൈലാടി കണിയാം പറമ്പിൽ വീട്ടിൽ മാത്തുണ്ണി സ്കറിയയുടെയും ഏലിയുടെയും മകളായി 1954 നവംബർ 19 ന് അന്ന ക്കുട്ടി ജനിച്ചു. കാളകെട്ടി അച്ചാമ്മാ മെമ്മോറിയൽ ഹൈസ്കൂളിൽ നിന്നും 10-ാം ക്ലാസ് പഠനം പൂർത്തിയാക്കി. കാഞ്ഞിരപ്പള്ളി സെന്റ്

ഡൊമിനിക് കോളേജിൽ പഠനം ആരംഭിക്കുന്ന ഘട്ടത്തിലാണ് വോളിബോൾ കളിയുടെ ബഹുഭാഗവും അഭ്യസിച്ചുതുടങ്ങുന്നത്. ഈ കോളേജിലെ പരിശീലകൻ കൂടിയായ കലവൂർ ഗോപിനാഥാണ് അന്നക്കുട്ടിയുടെ മികവ് മനസ്സിലാക്കി വോളിബോൾ കളിയിലേക്ക് പരീക്ഷിക്കുന്നത്. ഈ പരീക്ഷണം വിജയത്തിലേക്കുള്ള തുടക്കമായിരുന്നു. 1971 ൽ കേരള വോളിടീമിൽ അംഗമായി. മികച്ച പരിശീലനം ലഭിക്കുന്നതിനുവേണ്ടി 1972 ൽ കോഴിക്കോട് പ്രോവിഡൻസ് കോളേജിലേക്കുമാറി. 1972 ൽത്തന്നെ കാലിക്കട്ട് യൂണിവേഴ്സിറ്റി ടീമിൽ അംഗമായി. 1972 ൽ സീനിയർ വോളിബോൾ ചാമ്പ്യൻഷിപ്പിൽ കേരളത്തിന്റെ കുപ്പായമണിഞ്ഞു. 1973 ൽ ശ്രീലങ്ക-ഇന്ത്യ ടെസ്റ്റ് മത്സരത്തിൽ ഇന്ത്യൻ ടീമിന്റെ കുപ്പായമണിഞ്ഞു. 1976 ൽ കെ എസ് ആർ ടി സി യിൽ ജോലിയിൽ പ്രവേശിക്കുകയും ഈ ടീമിന്റെ നായികയാവുകയും ചെയ്തു. 1993 ലെ സാഫ് ഗെയിംസിൽ ഇന്ത്യൻ വനിതാടീമിന്റെ സഹപരിശീലകയായും പ്രവർത്തിച്ചിട്ടുണ്ട്. 2007 ൽ കെ എസ് ആർ ടി സി യിൽ നിന്നും സ്വയം വിരമിച്ചു.

ഭർത്താവ്: സി എം ജോസഫ്, മക്കൾ: ഡോ. ചാൾസ് എ ജോസഫ്, റോബിൻ എ ജോസഫ്

വത്സ പി മാത്യു

പത്തനംതിട്ട മാരാമൺ പാറയ്ക്കമണ്ണിൽ വീട്ടിൽ എം കെ മാത്യു - മേരി മാത്യു ദമ്പതികളുടെ മകളായി 1955 ജനുവരി 17 ന് വത്സ പി മാത്യു ജനിച്ചു. 1968 ൽ കോഴഞ്ചേരി സെന്റ് മേരീസ് സ്കൂളിൽനിന്നാണ് വോളിബോൾ കളിയുടെ ബാലപാഠങ്ങൾ ആരംഭിക്കുന്നത്. തുടർന്ന് പത്താം ക്ലാസുവരെ സെന്റ് മേരീസ് സ്കൂളിലും പ്രീ-ഡിഗ്രി, ഡിഗ്രി പഠനം ചങ്ങനാശേരി അസംഷൻ കോളേജിലും എം എ പഠനം തൃശൂർ വിമല കോളേജിലുമായി പൂർത്തിയാക്കി. ഈ കാലയളവിൽ 5 ദേശീയ വോളിബോൾ ചാമ്പ്യൻഷിപ്പുകളിൽ കേരളത്തിനും 5 തവണ കേരള യൂണിവേഴ്സിറ്റിക്കും 2 തവണ കാലിക്കട്ട് യൂണിവേഴ്സിറ്റിക്കുംവേണ്ടി കുപ്പാ

യമണിഞ്ഞിട്ടുണ്ട്. ഇതിൽ രണ്ടുവർഷം കേരള യൂണിവേഴ്സിറ്റി വോളി ബോൾ ടീമിന്റെ നായികയുമായി. 1977 ൽ കെ എസ് ഇ ബി യിൽ ജോലി യിൽ പ്രവേശിച്ചെങ്കിലും 1978 ൽ ജോലി രാജിവച്ച് ബോംബെയിൽ എൻ എം കോളേജിൽ അദ്ധ്യാപികയായി സേവനമാരംഭിക്കുകയായിരുന്നു. 1979 ൽ ഹൈസ്കൂൾ അദ്ധ്യാപികയായി ജോലിയിൽ പ്രവേശിച്ച വസ 2013 ൽ സർവ്വീസിൽനിന്നും വിരമിച്ചു. ഇപ്പോൾ ബോംബെയിൽ സ്ഥിരതാമ സമാക്കിയിരിക്കുകയാണ്.

ഭർത്താവ്: തോമസ് ജോൺ, മക്കൾ: ഡോൺ ജോൺ തോമസ്, ക്രിഷ് മാത്യു തോമസ്.

ലളിതാ നൈനാൻ

എറണാകുളം ജില്ലയിൽ ഏലൂർ ചിറയിൽ വൈറ്റ്ഹൗസിൽ നൈനാൻ – റേച്ചൽ ദമ്പതികളുടെ മകളായി 1956 ൽ ലളിതാ നൈനാൻ ജനിച്ചു. 1971 ൽ പത്താം ക്ലാസിൽ പഠിക്കുമ്പോൾത്തന്നെ സീനിയർ സ്റ്റേറ്റ് ടീമിൽ സെലക്ഷൻ ലഭി ച്ചു. തുടർന്ന് തൃക്കാക്കര ഭാരത്മാതാ കോളേജിൽ പ്രീ-ഡിഗ്രി, ഡിഗ്രി പഠനം. ഈ കാലയളവിൽ 5 വർഷം കേരള യൂണിവേഴ്സിറ്റി വോളിബോൾ ടീമിന്റെ കുപ്പായമണിഞ്ഞു. ഒപ്പം 5 സീനിയർ വോളിബോൾ ചാമ്പ്യൻഷിപ്പിലും കേരള ടീമിൽ അംഗമായി. 1973 ൽ ഇന്ത്യ-ശ്രീലങ്ക ടെസ്റ്റ് മത്സരങ്ങളിൽ ഇന്ത്യൻ ടീമിന്റെ കുപ്പായമണിഞ്ഞു. 1977 ൽ കെ എസ് ഇ ബി യുടെ വോളിബോൾ ടീമിൽ അംഗമായി. 1977 മുതൽ 1981 വരെ കെ എസ് ഇ ബി ക്കുവേണ്ടി കളിച്ചു. 2010 നവംബരിൽ അക്കൗണ്ട്സ് ഓഫീസറായി വിരമിച്ചു.

ഭർത്താവ്: തോമസ് ചെറിയാൻ, മക്കൾ: അജയ്, ദീപക്.

സിറിൽ സി വള്ളൂർ

തൃശൂർ വരന്തരപ്പള്ളി വള്ളൂർ വീട്ടിൽ വി ജെ ചക്കുണ്ണിയുടേയും മേരിയുടെയും മൂന്ന് മക്കളിൽ ഇളയ മകനായി 1961 ഡിസംബർ 1 ാം തീയതി സിറിൽ ജനിച്ചു. 1974 ൽ പതിനൊന്നാം വയസ്സിൽ നാട്ടിലെ ടൈഗേഴ്സ് വോളിബോൾ ക്ലബ്ബിൽനിന്നാണ് ആദ്യപാഠങ്ങൾ അഭ്യസി ച്ചത്. 1 മുതൽ 4 വരെ ക്ലാസുകളിൽ ബോസ്കോ സ്കൂളിലും 5 മുതൽ 10 വരെ ക്ലാസുകളിൽ പള്ളിക്കുന്ന് അസംഷൻ ഹൈസ്കൂളിലുമായി പഠനം പൂർത്തിയാക്കി. 1978 ൽ ഇരിങ്ങാലക്കുട ക്രൈസ്റ്റ് കോളേജിൽ

ചേർന്നു. 1978 ൽ കേരളം രണ്ടാം സ്ഥാനം നേടിയ ജൂനിയർ നാഷണൽ വോളിചാമ്പ്യൻഷിപ്പ്, സിറിലിന്റെ കായിക ജീവിതത്തിന്റെ ആദ്യപടിയായിരുന്നു. 1978 ൽ കർണ്ണാടകയിലെ ചിത്രദുർഗ്ഗയിൽ വച്ച് നടന്ന യൂത്ത് സൗത്ത് സോൺ വോളിബോൾ ചാമ്പ്യൻഷിപ്പിൽ കേരള ടീം അംഗവും, 1979 ൽ രാജസ്ഥാനിലെ പിലാനിൽ നടന്ന ഇന്റർ യൂണിവേഴ്സിറ്റി ചാമ്പ്യൻഷിപ്പിൽ കാലിക്കറ്റ് യൂണിവേഴ്സിറ്റിയുടെ കുപ്പായയവും അണിഞ്ഞു. 1980 ൽ സൗത്ത് കൊറിയയിൽ വച്ചു നടന്ന ആദ്യ ഏഷ്യൻ ജൂനിയർ വോളി

ബോൾ ചാമ്പ്യൻ ഷിപ്പിൽ മൂന്നാം സ്ഥാനം നേടിയ ഇന്ത്യൻ ടീമിലെ അംഗവുമായി. 1980 ൽ തിരുവനന്തപുരം ടൈറ്റാനിയത്തിൽ ജോലിയിൽ പ്രവേശിച്ചെങ്കിലും 1982 ആയപ്പോൾ രാജിവച്ച് സതേൺ റെയിൽവേയിൽ തിരുവനന്തപുരം ഡിവിഷനിൽ ജോലിയിൽ പ്രവേശിക്കുകയായിരുന്നു. 1981 മുതൽ 1990 വരെ ഇന്ത്യൻ സീനിയർ ടീമിലെ അംഗവുമായി. 1982 ൽ ഡൽഹിയിൽ വച്ച് നടന്ന ഏഷ്യൻ ഗെയിംസിൽ ഇന്ത്യക്കുവേണ്ടി കളിച്ചു. കൂടാതെ ഇന്ത്യയിലും വിദേശത്തുമായി നടന്ന ധാരാളം ടെസ്റ്റ് മത്സരങ്ങൾ ഉൾപ്പെടെ 80 ലധികം തവണ സിറിൽ ഇന്ത്യൻ ടീമിന്റെ ഭാഗമായിട്ടുണ്ട്. 1982 മുതൽ 1984 വരെ ഇന്ത്യൻ റെയിൽവേ ടീമിലെ അംഗമാവുകയും 1982, 1984 വർഷങ്ങളിൽ നടന്ന സീനിയർ നാഷണൽ ചാമ്പ്യൻഷിപ്പുകളിലും 1985, 1986 വർഷങ്ങളിലെ ഫെഡറേഷൻ കപ്പിലും ജേതാക്കളായ ഇന്ത്യൻ റെയിൽവേ ടീമംഗവുമായിരുന്നു. 1983 ൽ ടോക്കിയോ ഏഷ്യൻ ചാമ്പ്യൻഷിപ്പിലും, റഷ്യയിൽ മുകിലോയിൽ നടന്ന ലോക റെയിൽവേ ചാമ്പ്യൻഷിപ്പിലും പങ്കെടുത്തു.

ലോക റെയിൽവേ മികച്ച കളിക്കാരായ 6 പേരെ തെരഞ്ഞെടുത്തതിൽ ഒരാൾ സിറിൽ ആയിരുന്നു. 1985 ൽ സൗദി അറേബ്യ, ജപ്പാൻ, ചൈന, ആസ്ട്രേലിയ എന്നീ ടീമുകളുടെ ടെസ്റ്റ് മത്സരങ്ങളിൽ ഇന്ത്യൻ ടീമിലും അതേവർഷം ഡൽഹിയിൽ നടന്ന നാഷണൽ ഗെയിംസിൽ ഒന്നാം സ്ഥാനം നേടിയ റെയിൽവേ ടീമിലെയും അംഗമായിരുന്നു. 1985 ഒക്ടോബറിൽ റെയിൽവേയിൽനിന്നും ജോലി രാജി വച്ച്, ആൻഡ് പൊലീസ് ഇൻസ്പെക്ടറായി കേരളാ പൊലീസിൽ ചേർന്നു, തുടർന്ന് 1987, 1989 സാഫ് ഗെയിംസ് കൂടാതെ നിരവധി ടെസ്റ്റ് മാച്ചുകളും ഇന്ത്യക്കുവേണ്ടി കളിച്ചു. വോളിബോൾ കളിയിൽ ദീർഘകാലമുള്ള അദ്ദേഹത്തിന്റെ അസാമാന്യ പ്രകടനത്തിന്റെ അംഗീകാരമായി 1986 ൽ രാജ്യം 'അർജ്ജുനാ അവാർഡ്' നല്കി ആദരിച്ചു. 1985 മുതൽ 1997 വരെ കളിക്കളത്തിൽ കേരളാ പൊലീസിന്റെ കുപ്പായമണിഞ്ഞു. 1994 മുതൽ 1998

വരെ "സായ്"യുടെ പ്രതിനിധിയായിട്ടുള്ള നാഷണൽ വോളിബോൾ സെലക്ഷൻ കമ്മിറ്റി അംഗം, 1998 മുതൽ 2002 വരെ ഇന്ത്യൻ ടീം സെലക്ഷൻ കമ്മിറ്റിയിൽ കേന്ദ്രസർക്കാരിന്റെ നിരീക്ഷകൻ എന്നീ നില കളിൽ പ്രവർത്തിച്ചിട്ടുണ്ട്. കൂടുതൽ കാലഘട്ടം വോളിബോൾ മേഖല യിൽ വ്യക്തിമുദ്ര പതിപ്പിച്ച അപൂർവ്വം വ്യക്തികളിൽ ഒരാളാണ് സിറിൽ, സി വള്ളൂർ. 2017 നവംബർ 30 ന് കേരള പൊലീസിലെ കെ എ പി മൂന്നാം ബറ്റാലിയനിൽ നിന്നും കമാൻ്റന്റായി വിരമിച്ചു.

ഭാര്യ : ആലീസ്, മക്കൾ : റിസിലാ സിറിൽ, റിക്കി സിറിൽ.

സിറിൽ സി വള്ളൂർ പങ്കെടുത്ത അന്തർദ്ദേശീയ മത്സരങ്ങൾ

വർഷം	മത്സരങ്ങൾ	സ്ഥലം
1980	ഇന്ത്യ ജൂനിയർ വോളിബോൾ ടെസ്റ്റ് മാച്ച്	തിരു: (കേരളം)
1980	ഏഷ്യൻ ജൂനിയർ വോളി ചാമ്പ്യൻഷിപ്പ്	സൗത്ത് കൊറിയ
1982–1983	ഏഷ്യൻ സീനിയർ വോളിബോൾ ചാമ്പ്യൻഷിപ്പ്	ടോക്കിയോ
1982	ഏഷ്യൻ ഗെയിംസ്	ഡൽഹി
1983	ലോക റെയിൽവെ ചാമ്പ്യൻഷിപ്പ്	റഷ്യ
1985	സൗദി സീനിയർ വോളി ടെസ്റ്റ് മാച്ച്	സൗദി അറേബ്യ
1985	ഏഷ്യൻ ഗെയിംസ് (ക്യാപ്റ്റൻ)	സോൾ
1986	ഇന്ദിരാ ഗോൾഡ് കപ്പ് ഇൻവിറ്റേഷൻ ടൂർണമെന്റ്	ഇന്ത്യ
1987	ഏഷ്യൻ വോളിബോൾ ചാമ്പ്യൻഷിപ്പ്	കുവൈറ്റ്
1987	സാഫ് ഗെയിംസ്	കല്ക്കത്ത
1988	ആൽവിൻ ഗോൾഡ്കപ്പ് ടൂർണമെന്റ്	ഹൈദ്രാബാദ്
1989	സാഫ് ഗെയിംസ്	ഇസ്ലാമാബാദ്

അവാർഡുകൾ

1981   ജി വി രാജ അവാർഡ്
1986   അർജ്ജുന അവാർഡ്
1990   ജിമ്മി ജോർജ് അവാർഡ്.

അബ്ദുൽ റസ്സാക്ക്

കോട്ടയം കാഞ്ഞിരപ്പള്ളി പൈനാപ്പള്ളിയിൽ വീട്ടിൽ സെയ്യദ് മുഹ മ്മദ് റാവുത്തരുടേയും ഫാത്തിമ സെയ്യദിന്റെയും മകനായി 1961 ഫെബ്രു വരി 17 ന് റസ്സാക്ക് ജനിച്ചു. ഒന്നു മുതൽ ഏഴ് വരെ വിദ്യാഭ്യാസം കാഞ്ഞി രപ്പള്ളി എൻ എച്ച് യു പി എസിലായിരുന്നു. തുടർന്ന് 1975 ൽ തിരുവന ന്തപുരം ഗവൺമെന്റ് ജി വി രാജാ സ്പോർട്സ് സ്കൂൾ സ്ഥാപിതമായ

വർഷം തന്നെ അവിടെ തുടർപഠനത്തി നായി ചേർന്നു. ഇ ജെ ജെയിംസ് (ചാക്കോച്ചൻ) ആയിരുന്നു ആദ്യകാല പരിശീലകൻ. ജിമ്മി, ബല്ലു, പപ്പൻ തുട ങ്ങിയ പ്രഗത്ഭരായ കളിക്കാർ തന്റെ നാട്ടിൽ സ്ഥിരമായി നടത്തി വരാറുള്ള ദേശീയ വോളി ടൂർണമെന്റുകളിൽ കളി ക്കുവാൻ എത്തുമായിരുന്നു. ഈ കളിക്കാരുടെ പ്രകടനത്തിൽ ആകർഷ ണം തോന്നിയാണ് ജി വി രാജാ സ്പോർ ട്സ് സ്കൂളിലും വോളിബോൾ കളി തന്നെ തെരഞ്ഞെടുക്കുവാൻ കാരണം.

1978 ൽ തിരുവനന്തപുരത്ത് നടന്ന ദേശീയ സ്കൂൾ ഗെയിംസിൽ വെള്ളി മെഡൽ നേടിയ കേരള ടീമിന്റെ കുപ്പായമണിഞ്ഞു കൊണ്ടായിരുന്നു ഈ മേഖലയിലെ തുടക്കം. 1978, 1979 വർഷങ്ങളിൽ ജൂനിയർ നാഷണൽ വോളി ചാമ്പ്യൻഷിപ്പിൽ കേര ളത്തിനുവേണ്ടി കളിച്ചു. തുടർന്ന് 1979 ൽ പാലാ സെന്റ് തോമസ് കോളേ ജിൽ ചേർന്നു. കോളേജിലെ സ്പോർട്സ് ഹോസ്റ്റലിൽനിന്നും ലഭിച്ച കഠിനമായ പരിശീലനം റസ്സാക്കിനെ അതേ വർഷം ഇന്റർ വാഴ്സിറ്റി ചാമ്പ്യനായ കേരള യൂണിവേഴ്സിറ്റി ടീമിലെ അംഗമാക്കി. 1979 മുതൽ 1987 വരെ തുടർച്ചയായി 8 വർഷം ദേശീയ സീനിയർ ചാമ്പ്യൻഷിപ്പുക ളിൽ അഞ്ചുവർഷം കേരളത്തിനും, 3 വർഷം ഇന്ത്യൻ റെയിൽവേക്ക് വേണ്ടിയും കളിക്കളത്തിലിറങ്ങി. കൂടാതെ 8 ഫെഡറേഷൻ കപ്പിലും റസ്സാക്ക് നിറസാന്നിദ്ധ്യമായിരുന്നു.

അബ്ദുൽ റസ്സാക്കിനെ അന്തർദ്ദേശീയ തലത്തിലേക്ക് ഉയർത്തിയ മത്സരങ്ങൾ

1980	–	ജൂനിയർ ഇന്ത്യ (Best Attacker) സൗത്ത് കൊറിയ
1981	–	കോമൺവെൽത്ത് വോളിബോൾ ചാമ്പ്യൻഷിപ്പ്
1982	–	ഏഷ്യൻ ഗെയിംസ് – ന്യൂഡൽഹി
1982	–	ഗുഡ്മിൽ ഇന്റർനാഷണൽ ടൂർണമെന്റ്
1983	–	ഏഷ്യൻ ചാമ്പ്യൻഷിപ്പ് – ടോക്കിയോ
1985	–	ഏഷ്യൻ ചാമ്പ്യൻഷിപ്പ് – കൊറിയ
1985	–	അന്തർദ്ദേശീയ റെയിൽവേ ചാമ്പ്യൻഷിപ്പ്
1985	–	നാഷണൽ ഗെയിംസ് – ഡൽഹി – സ്വർണ്ണം
1985–1991	–	ദേശീയ പൊലീസ് ഗെയിംസ് – സ്വർണ്ണം.

1983 ൽ ഇന്ത്യൻ റെയിൽവേയുടെ താരമായി ജോലി നേടിയെങ്കിലും 1985 ൽ കേരള പൊലീസിലേക്കുള്ള തിരിച്ചുവരവിലൂടെ പൊലീസ് ടീം കൂടുതൽ കരുത്താർജ്ജിക്കുകയായിരുന്നു. 2011 മുതൽ 2014 വരെ കേരള സംസ്ഥാന സ്പോർട്സ് കൗൺസിൽ സെക്രട്ടറിയായി സേവനമനുഷ്ഠി ച്ചിട്ടുണ്ട്. 2016 ൽ തിരുവനന്തപുരം എസ് എ പി യിൽ നിന്നും കമാണ്ടന്റ് ആയി വിരമിച്ചു. ഇന്ത്യൻ റെയിൽവേ ഉദ്യോഗസ്ഥ സ്റ്റെല്ല റസ്സാക്ക് ഭാര്യയും നീനു, നികിത എന്നിവർ മക്കളുമാണ്.

സാലി ജോസഫ്

കോഴിക്കോട് ജില്ലയിലെ കോട  ഞ്ചേരി കുപ്പായക്കോട് കരിൻപോണിൻ വീട്ടിൽ കെ വി ജോസഫിന്റെയും ത്രേസ്സാക്കുട്ടിയുടേയും മകളായി 1961 ൽ സാലി ജോസഫ് ജനിച്ചു. പത്താം ക്ലാസിൽ പഠിക്കുമ്പോഴാണ് വോളിബോ ളിന്റെ ആദ്യപാഠങ്ങൾ അഭ്യസിച്ചത്. നാട്ടിലെ സെന്റ് ജോസഫ് ഹൈസ്കൂ ളിലെ അദ്ധ്യാപകരായ റോസമ്മ, കെ എം മത്തായി എന്നിവർ ചേർന്നാണ് ഈ കളിയിലേക്കുള്ള പ്രേരണ നല്കിയത്. 1976 ൽ പശ്ചിമബംഗാളിലെ കല്ക്കത്ത യിൽ നടന്ന സീനിയർ ചാമ്പ്യൻഷിപ്പിൽ കേരള ടീമിനെ പ്രതിനീധിക രിച്ച് രണ്ടാം സ്ഥാനം നേടി. 1978 ൽ ഹൈദ്രാബാദിൽ നടന്ന സീനിയർ നാഷണൽ ചാമ്പ്യൻഷിപ്പിൽ മൂന്നാം സ്ഥാനം നേടിയ കേരള ടീമിലെ അംഗമായി. 1979 ൽ കോഴിക്കോട് പ്രൊവിഡൻസ് കോളേജിൽ പ്രിഡിഗ്രി വിദ്യാഭ്യാസം ആരംഭിച്ച വർഷം തന്നെ ബറോഡ സീനിയർ ദേശീയ ചാമ്പ്യൻഷിപ്പിൽ സാലി ജോസഫ് നായികയായ ടീം സ്വർണ്ണമെഡൽ നേടുകയും ചെയ്തു. 1980 ൽ കൊറിയയിൽ വച്ച് നടന്ന ജൂനിയർ ഏഷ്യൻ ചാമ്പ്യൻഷിപ്പിൽ വെങ്കലമെഡൽ നേടിയ ഇന്ത്യൻ ടീമിലും അംഗമായി. 1979 മുതൽ 1985 വരെ കാലയളവിൽ ഇന്ത്യക്കകത്തും പുറത്തുമായി നിരവധി തവണ ഇന്ത്യൻ ടീമിന്റെ കുപ്പായമണിഞ്ഞിട്ടുണ്ട്. 1980 ൽ സാലി ജോസഫിന് ജി വി രാജ അവാർഡ് നല്കി സംസ്ഥാന സർക്കാർ ആദ രിച്ചു. 1981 ൽ മെക്സിക്കോയിൽ നടന്ന ലോക ജൂനിയർ ചാമ്പ്യൻഷിപ്പ്, 1982 ലെ ഡൽഹി ഏഷ്യൻ ഗെയിംസ് എന്നിവയിൽ പങ്കെടുത്തു. 1982 ൽ മദ്ധ്യപ്രദേശിലെ ഭോപ്പാലിൽ വച്ചു നടന്ന ദേശീയ ചാമ്പ്യൻഷിപ്പിൽ കേരള ടീമിൽ ഭാഗമായി ഒന്നാം സ്ഥാനം കരസ്ഥമാക്കി. 1983, 1984 വർഷ

ങ്ങളിൽ സാലിയുടെ നേതൃത്വത്തിലുള്ള ടീം രണ്ടാം സ്ഥാനത്തേക്ക് തള്ളപ്പെട്ടെങ്കിലും 1985 ൽ ഡൽഹിയിൽ നടന്ന സീനിയർ വോളി ചാമ്പ്യൻഷിപ്പിൽ സാലി ജോസഫിന്റെ നേതൃത്വം കേരളത്തെ ഒന്നാം സ്ഥാനത്തെത്തിച്ചു. 1984 ൽ ഇന്ത്യയിലെ മികച്ച കായിക ബഹുമതി യായ 'അർജ്ജുന അവാർഡ്' സാലി ജോസഫിനെ തേടിയെത്തിയിരു ന്നു. 1985 ൽ സാലി സിന്റിക്കേറ്റ് ബാങ്കിൽ ക്ലാർക്ക് ആയി ജോലിയിൽ പ്രവേശിച്ചെങ്കിലും അർജ്ജുന അവാർഡിന്റെ മികവ് കണക്കിലെടുത്ത് ഓഫീസർ തസ്തികയിലേക്ക് സ്ഥാനക്കയറ്റം ലഭിച്ചു. 1986 ൽ ബാംഗ്ലൂ രിൽ നടന്ന സീനിയർ ദേശീയ ചാമ്പ്യൻഷിപ്പിൽ രണ്ടാം സ്ഥാനം കരസ്ഥമാക്കി സീനിയർ നാഷണൽ ചാമ്പ്യൻഷിപ്പുകളോടു വിടപറഞ്ഞു. കുടുംബകാര്യങ്ങളിൽ കൂടുതൽ ശ്രദ്ധിക്കുന്നതിനുവേണ്ടി 2001 ൽ ബാങ്കിൽനിന്ന് സ്വയം വിരമിച്ചു.

ഭർത്താവ് : ജോർജ്, മക്കൾ : ജോൺസൺ, മറിയ, തെരേൾ

കെ ഉദയകുമാർ

ആലപ്പുഴ മാരാരിക്കുളം പറമ്പിൽ വീട്ടിൽ കരുണാകരക്കുറുപ്പിന്റെ യും അമ്മിണിയമ്മയുടേയും മകനായി 1962 ൽ ഉദയകുമാർ ജനിച്ചു. കണി ച്ചുകുളങ്ങര സ്കൂളിൽ പഠിക്കുമ്പോൾ ബാസ്കറ്റ്ബോൾ താരമായിരു ന്നു ഉദയകുമാർ. മുൻ വോളിബോൾ താരം ശ്യാമളൻ സ്കൂളിൽ അദ്ധ്യാ പകനായി എത്തിയതോടെയാണ് വോളിബോളിലേക്ക് ശ്രദ്ധ തിരിച്ചത്. മാരാരിക്കുളം എം എ സി വോളിബോൾ ഗ്രൗണ്ടിൽനിന്നാണ് ബാലപാ ഠങ്ങൾ അഭ്യസിച്ചത്. റെയിൽവേയുടെ താരമായിരുന്ന സഹോദരൻ രാജ ശേഖരന്റെ പ്രചോദനവും ഈ കളിയിലേക്ക് ആകർഷിക്കുവാൻ കാര ണമായി. ചെറുപ്പകാലത്ത് രണ്ട് തെങ്ങുകൾക്ക് കുറുകെ നെറ്റുകെട്ടി രാവിലെ മുതൽ ഇരുട്ടാകുന്നതുവരെ കൂട്ടുകാരേയും കൂട്ടി നാട്ടിൽ സ്ഥിരമായി കളിയിലേർപ്പെടുന്നത് അദ്ദേഹത്തിന്റെ ശീലമായി മാറിയിരുന്നു. മഹാരാഷ്ട്ര യിൽ ഷൊലാപ്പൂരിൽ വച്ച് നടന്ന ദേശീയ സ്കൂൾ മീറ്റിൽ മൂന്നാം സ്ഥാനം നേടിയ ത് നേട്ടങ്ങളുടെ ആദ്യ ചുവടുവയ്പായി രുന്നു. 1977 ൽ പട്യാലയിൽ നടന്ന ദേശീയ ജൂനിയർ ചാമ്പ്യൻഷിപ്പിൽ കേരള ടീമിലും 1978 ൽ ദേശീയ ജൂനി യർ ചാമ്പ്യൻഷിപ്പിൽ കേരളത്തെ നയിച്ച് ഫൈനലിലെത്തുകയും ചെയ്തു. 1978 ൽ

സീനിയർ ഇന്ത്യൻ ടീമിന്റെ ക്യാമ്പിലുമെത്തി. അതേ വർഷം തന്നെ ഇന്ത്യൻ യൂത്ത് ടീമിലും അദ്ദേഹം അംഗമായി. 1980 ൽ പ്രീഡിഗ്രി പഠനം പൂർത്തിയാക്കും മുൻപ് തിരുവനന്തപുരം ടൈറ്റാനിയം വോളിബോൾ ടീമിൽ ഇടം നേടി. 1981 ൽ കൊളറാഡോയിൽ നടന്ന ലോക ജൂനിയർ ചാമ്പ്യൻഷിപ്പിൽ ഇന്ത്യൻ ടീമിന്റെ നായകനായി. അടുത്ത വർഷങ്ങളിൽ സിറിൽ, റസാക്ക്, ഉദയകുമാർ താരനിര ഇന്ത്യക്ക് ഭാഗ്യം വിരിയിക്കുന്ന ത്രിമൂർത്തികളായി. തുടർന്ന് ഉദയകുമാർ 1982 ൽ ഇന്ത്യൻ റെയിൽവേ യിലും, വൈദ്യുതി ബോർഡിലും കളിക്കാരനായി. 1982 ലെ ഏഷ്യൻ ഗെയിംസ്, 1983 ൽ നാലാം സ്ഥാനം നേടിയ ടോക്കിയോയിലെ ഏഷ്യൻ ചാമ്പ്യൻഷിപ്പ്, 1985 ൽ ഡൽഹിയിൽ നടന്ന നാഷണൽ ഗെയിംസ്, 1986 ൽ വെങ്കല മെഡൽ നേടിയ സോൾ ഏഷ്യൻ ഗെയിംസ് 1989 ൽ പാകി സ്ഥാനിൽ നടന്ന വെള്ളി മെഡൽ നേടിയ സാഫ് ഗെയിംസ്, എന്നിവ യിലും ഇന്ത്യയുടെ കുപ്പായമണിഞ്ഞിട്ടുണ്ട്. 1990 ൽ ഹൈദ്രാബാദിൽ (വെള്ളി മെഡൽ നേടിയ) അന്തർദ്ദേശീയ വോളി ബോൾ ടൂർണമെന്റ്, 1991 ൽ കൊളംബോയിൽ നടന്ന അഞ്ചാമത് സാഫ് ഗെയിംസ് എന്നിവ യിലും ഉദയ കുമാർ ഇന്ത്യയുടെ താരമായി. ഇതേ വർഷം തന്നെ മികച്ച കായിക താരങ്ങൾക്കു നല്കുന്ന ബഹുമതിയായ 'അർജ്ജുന അവാർഡ്' വോളിബോളിന്റെ എല്ലാ രൗദ്രഭാവങ്ങളേയും ഗ്രൗണ്ടിലേക്ക് ആവാഹി ക്കുന്ന ഉദയകുമാറിന് നല്കി രാജ്യം ആദരിച്ചു. 1985 ൽ മുൻ ഡി ജി പി, എം കെ ജോസഫാണ് ഉദയകുമാറിനെ കേരള പൊലീസിൽ എത്തിച്ച ത്. തുടർന്ന് കേരളാ പൊലീസിന്റെ സുവർണ്ണ കാലഘട്ടമായിരുന്നു. 1985 മുതൽ 1997 വരെ കേരളാ പൊലീസിന്റേയും സംസ്ഥാനത്തിന്റേയും കുപ്പാ യമണിഞ്ഞു.

2014 സെപ്തംബർ 19 ലോകത്തിലെ വോളിബോൾ ആരാധകർ ഇടി മിന്നലേറ്റ ഞെട്ടലോടെയാണ് ആ വാർത്ത ശ്രവിച്ചത്. ആ ദിവസം ഇന്ത്യയ്ക്കും പ്രത്യേകിച്ച് കേരളത്തിനും തീരാനഷ്ടം സമ്മാനിച്ച് കെ ഉദയകുമാർ കളിക്കളത്തോട് വിട പറഞ്ഞു. എപ്പോഴും നിഷ്കളങ്കമായ ചിരിയോടെ ഏവരെയും നോക്കിക്കാണുന്ന സാമനതകളില്ലാത്ത "ഉദയ നാണ് താരം" വോളിബോൾ സ്നേഹികളുടെ മനസ്സിൽ എന്നെന്നും ഓർമ്മകളിൽ നിറഞ്ഞു നില്ക്കും.

ഭാര്യ: ലേഖ, മക്കൾ : അഞ്ജലി, പല്ലവി.

വി എ മൊയ്തീൻ നൈന

എറണാകുളം ജില്ലയിൽ വടക്കൻ പറവൂർ മാഞ്ഞാലി വടക്കേക്കല ത്തിൽ വീട്ടിൽ വി കെ അലിക്കുഞ്ഞിന്റേയും കുഞ്ഞി ബീപാത്തു വിന്റേയും മകനായി 1962 മാർച്ച് 21 ന് മൊയ്തീൻ നൈന ജനിച്ചു. ഒന്നു

മുതൽ നാലുവരെ ക്ലാസുകളിൽ പറവൂർ കുമാരവിലാസം സ്കൂളിലും 5 മുതൽ 10 വരെ വടക്കൻ പറവൂർ എസ് എൻ ഹൈസ്കൂളിലും തുടർന്ന് മാലിയങ്കര എസ് എൻ എം കോളേജ്, വർക്കല എസ് എൻ കോളേജ്, സെന്റ് തോമസ് കോളേജ് കോഴഞ്ചേരി, ക്രിസ്ത്യൻ കോളേജ് ചെങ്ങ ന്നൂർ എന്നിവിടങ്ങളിലും വിദ്യാഭ്യാസം പൂർത്തിയാക്കി. 1983 ൽ കോഴി ക്കോട്ടുവച്ചു നടന്ന ഫെഡറേഷൻ കപ്പിൽ നൈന ഇന്ത്യൻ യൂണിവേഴ്സിറ്റിയുടെ കുപ്പായമണിഞ്ഞു. 1987 മുതൽ 1992 വരെ ഇന്ത്യൻ ടീമിലെ അംഗവുമായിരുന്നു. തുടർന്നുള്ള രണ്ടുവർഷക്കാലം നൈന രോഗബാധിതനായെങ്കിലും അദ്ദേഹത്തിന്റെ കഴിവും ദൃഢനിശ്ചയവും തിരിച്ചുവരവിന് സഹായിച്ചു. 1984 ൽ കേരള പൊലീ സിൽ സബ് ഇൻസ്പെക്ടറായി ജോലിയിൽ പ്രവേശിച്ചെങ്കിലും 1987 ൽ സെൻട്രൽ എക്സൈസ് ആന്റ് കസ്റ്റംസിലേക്ക് മാറുകയായിരുന്നു. ഈ കാലയളവിൽ ഇന്ത്യൻ വോളിബോൾ ടീമിന്റെയും ഇന്ത്യൻ കസ്റ്റംസ് വോളിബോൾ ടീമിന്റെയും നായകനുമായിട്ടുണ്ട്. ഒരു കാലഘട്ടം മുഴു വൻ ഇന്ത്യയിലും കേരളത്തിലും നിറഞ്ഞുനിന്ന മൊയ്തീൻ നൈന ഇപ്പോൾ കൊച്ചി കസ്റ്റംസിൽ അസിസ്റ്റന്റ് കമ്മീഷണറും സ്പോർട്സ് ഓഫീസറുമായി ജോലിനോക്കുന്നു.

ഭാര്യ: ശൈല, മക്കൾ: മുഹമ്മദ് രാഹുൽ, നൈന, ഫാത്തിമറൂബി, ഹക്കിം റുസ്സം നൈന.

മൊയ്തീൻ നൈന പങ്കെടുത്ത അന്തർദ്ദേശീയ മത്സരങ്ങൾ

വർഷം	മത്സരങ്ങൾ	സ്ഥലം
1989	സൗത്ത് ഏഷ്യൻ ഫെഡറേഷൻ ഗെയിംസ് (വെള്ളി)	പാകിസ്ഥാൻ
1989	നയോഗ ഇന്റർനാഷണൽ ടൂർണമെന്റ് (വെള്ളി)	ജപ്പാൻ
1989	ആൽവിൻ-ഇന്ത്യ ഇന്റർനാഷണൽ സ്വർണ്ണക്കപ്പ്	ഹൈദരാബാദ്
1989	10-ാമത് ഡാൻ ഇന്റർനാഷണൽ ടൂർണമെന്റ്	ഇറാൻ
1989	ഏഷ്യൻ വോളിബോൾ ചാമ്പ്യൻഷിപ്പ്	സൗത്ത് കൊറിയ
1995	ലോക പൊലീസ് ആന്റ് ഫയർ ഗെയിംസ് (വെങ്കലം)	ആസ്ട്രേലിയ

അവാർഡുകൾ

- ജി വി രാജ അവാർഡ് –   കേരളസർക്കാർ
- മികച്ച കായികതാര അവാർഡ് – ആന്ധ്രാപ്രദേശ് സർക്കാർ
- കായികപ്രതിഭ അവാർഡ് – കേരള യൂണിവേഴ്സിറ്റി

ജെയിസ്സമ്മ മുത്തേടം

കേരളത്തിന്റെ വനിതാ വോളിബോൾ സംസ്കാരത്തെ നെഞ്ചോട് ചേർത്ത് കാത്തുസൂക്ഷിക്കുകയും ഒരു കാലഘട്ടം ഈ കളിയുടെ പ്രചാരണ ത്തിനും സംരക്ഷണത്തിനും വേണ്ടി ജീവിതം മാറ്റി വച്ച ധീര വനിതയാണ് ജെയിസമ്മ മുത്തേടം. കോട്ടയം പാല ഭര ണങ്ങാനം മൂന്നിലവിൽ മുത്തേടം വീട്ടിൽ ജോസഫ് മാത്തന്റേയും മറിയക്കുട്ടി ജോസഫിന്റേയും മകളായി 1962 മാർച്ച് 26 നാണ് ജെയിസമ്മയുടെ ജനനം. 1974 ൽ ഏഴാം ക്ലാസിൽ വാകക്കാട് അൽഫോൺസാ ഗേൾസ് സ്കൂളിൽ പഠിക്കുമ്പോഴാണ് വോളിബോൾ പരിശീ ലകനായ ഇ ജെ ജെയിംസ് കളിയിലേക്ക് ജെയിസമ്മയെ എത്തിക്കുന്നത്. 1982 ൽ ഡൽഹിയിൽ നടക്കുന്ന ഏഷ്യൻ ഗെയിംസിനുവേണ്ടി കളിക്കാരെ കണ്ടെത്തി പരിശീലനം നടത്തുന്നതിന് 1977 ൽ കേരളത്തിലാദ്യമായി സ്പോർട്സ് സ്കൂളുകൾ തുടങ്ങുന്നതിന്റെ ഭാഗമായി കോട്ടയത്ത് സ്പോർട്സ് സ്കൂൾ ആരംഭിച്ചു. ഈ സ്കൂളിൽ ഉയരമുള്ള പെൺകുട്ടികളെ കണ്ടെത്തി പരിശീലനം നൽകുന്നതിനാൽ ജെയിസമ്മയ്ക്കും സെലക്ഷൻ ലഭിക്കുകയും 8 മുതൽ 10 വരെ ക്ലാസു കളിൽ അവിടെ പഠനം പൂർത്തിയാക്കുകയും ചെയ്തു. ഈ കാലയള വിൽ 3 ദേശീയ മിനി സ്കൂൾ ചാമ്പ്യൻഷിപ്പുകളിലും തുടർന്ന് 1976 ൽ മിനി ഇന്ത്യൻ ടീമിലും അംഗമായി. തുടർന്ന് കാലിക്കറ്റ് പ്രൊവിഡൻസ് കോളേജിൽ വിദ്യാഭ്യാസം, ഇവിടെ നിന്നും നാല് വർഷം തുടർച്ചയായി കാലിക്കറ്റ് യൂണിവേഴ്സിറ്റിയുടെ കുപ്പായമണിഞ്ഞു. 1980 ൽ കൊറിയ യിൽ വച്ച് നടന്ന ജൂനിയർ ഏഷ്യൻ വോളിബോൾ ചാമ്പ്യൻഷിപ്പിൽ വെങ്കലവും 1981 ൽ ശ്രീലങ്കയിൽ നടന്ന സൗത്ത് ഏഷ്യൻ ചാമ്പ്യൻഷി പ്പിൽ സ്വർണ്ണവും, 1982 ൽ ന്യൂഡൽഹിയിൽ നടന്ന ഏഷ്യൻ ഗെയിം സിൽ അഞ്ചാം സ്ഥാനവും നേടിയ ഇന്ത്യൻ ടീമിലെ അംഗവുമായിരു ന്നു. 1980 മുതൽ 1982 വരെ നടന്ന സീനിയർ നാഷണൽ ചാമ്പ്യൻഷി പ്പിലും, 1982 ൽ നടന്ന നാഷണൽ ഗെയിംസിൽ കേരളത്തെ വിജയിപ്പിച്ച ടീമിലും ജെയിസമ്മ അംഗമായിരുന്നു. 1981 ൽ കേരള സർക്കാരിന്റെ

കായിക ബഹുമതിയായ ജി വി രാജ അവാർഡും ഈ കളിക്കാരിയെ തേടി യെത്തി. 1983 ൽ വൈദ്യുത ബോർഡിൽ ജോലിയിൽ പ്രവേശിച്ചതു മുതൽ 2018 വരെ കെ എസ് ഇ ബി വനിത വോളിബോൾ ടീമിനെ ഇന്ത്യയിൽ മുൻനിരയിലേക്ക് എത്തിക്കുന്നതിൽ പ്രധാന പങ്ക് വഹിച്ചിട്ടുണ്ട്. 1993 മുതൽ 2007 വരെ ഇന്ത്യൻ ടീമിന്റേയും, കെ എസ് ഇ ബി ടീമിന്റേയും പരിശീലക, മാനേജർ എന്നീ പദവികളും 2001 മുതൽ തുടർച്ചയായി ദേശീയ വോളിബോൾ അസോസിയേഷന്റെ നിർവ്വാഹക സമിതി അംഗ ം, ഇന്ത്യൻ വനിതാ ടീമിന്റെ സെലക്ടർ എന്നീ നിലകളിലും പ്രവർത്തിക്കുന്നു. ഇപ്പോൾ സംസ്ഥാന വോളിബോൾ അസോസിയേ ഷന്റെ വനിതാ നിർവ്വാഹക സമിതി അംഗവുമാണ്.

ഭർത്താവ്: രഞ്ജിട്രോഫി കളിക്കാരൻ ആയിരുന്ന രഞ്ജിത് തോമസ്, മകൻ: ബെൻജോൺ തോമസ്.

പി ആർ ശ്രീദേവി

ഇന്ത്യക്ക് വേണ്ടി കേരളം സംഭാവന ചെയ്ത വനിതാ വോളിബോൾ കളിക്കാരിൽ ഒരാളാണ് പി ആർ ശ്രീദേവി. തിരുവനന്തപുരം ജില്ലയിലെ കാട്ടാക്കട താലൂക്കിലെ ഗ്രാമപ്രദേശമായ പൂവച്ചൽ പി ആർ ഭവനിൽ രാമചന്ദ്രൻനായരുടെയും പ്രസന്നകുമാരിയുടേയും ഏക മകളായി 1973 ലാണ് ജനനം. ഒന്നുമുതൽ ഏഴ് വരെ പൂവച്ചൽ ഗവൺമെന്റ് സ്കൂളി ലാണ് പ്രാഥമിക വിദ്യാഭ്യാസം. പ്രൈമറി ക്ലാസുകളിൽ പഠിക്കുന്ന സമ യത്ത് ഈ പ്രദേശത്തു നിന്നും ആദ്യമായി ഗവ. ജി വി രാജ സ്പോർട്സ് സ്കൂളിൽ അഡ്മിഷൻ നേടിയ മുളയങ്കോട് സുരേഷ് ഭവനിൽ മല്ലിക എന്ന വ്യക്തിയാണ് ശ്രീദേവിക്കും വഴികാട്ടിയായത്. തൊട്ടടുത്തവർഷം എട്ടാം ക്ലാസിലായപ്പോൾ ഗവ. ജി വി രാജ സ്പോർട്സ് സ്കൂളിൽ സെല ക്ഷനിൽ പങ്കെടുക്കുകയും തുടർന്ന് അഡ്മിഷൻ ലഭിക്കുകയുമായിരു ന്നു.

പൂവച്ചൽ എന്ന പ്രദേശത്തെ കലാ സാംസ്കാരിക പ്രവർത്തനങ്ങളുടെ കേന്ദ്രമായ വിശ്വജ്യോതി വോളിബോൾ ക്ലബ്ബിന്റെ ആഭിമുഖ്യത്തിൽ നടക്കുന്ന വോളിബോൾ ചാമ്പ്യൻഷിപ്പുകളും ടൂർണമെന്റുകളും കാണുന്നതിനുവേണ്ടി ബാല്യകാലം മുതൽ പോകുമായിരുന്ന തിനാൽ ഈ കളിയിൽ കൂടുതൽ താല്പര്യം തോന്നി ഗവ. ജി വി രാജ സ്പോർട്സ് സ്കൂളിൽനിന്നും പരിശീല കരായ പ്രഭാകരൻനായർ, മന്മഥൻനാ യർ എന്നിവരിൽ നിന്നും ബാലപാഠങ്ങൾ അഭ്യസിച്ചു. 1987 ൽ സംസ്ഥാന സ്കൂൾ

വോളിബോൾ ടീമിൽ അംഗമാവുകയും ദേശീയ ചാമ്പ്യൻഷിപ്പിൽ പങ്കെ
ടുക്കുകയും ചെയ്തു. തുടർന്ന് സബ് ജൂനിയർ ദേശീയ ചാമ്പ്യൻഷി
പ്പിൽ കേരളത്തിന്റെ കുപ്പായമണിഞ്ഞു. 1988 ൽ പാലാ അൽഫോൺസാ
കോളേജിൽ ചേരുകയും 5 വർഷം മഹാത്മാഗാന്ധി സർവ്വകലാശാല
യ്ക്കുവേണ്ടിയും, അതേവർഷങ്ങളിൽ ഇന്ത്യൻ യൂണിവേഴ്സിറ്റിക്കുവേ
ണ്ടിയും കളിച്ചിട്ടുണ്ട്. 1990 ൽ ജൂനിയർ നാഷണൽ ചാമ്പ്യൻഷിപ്പിൽ
ഏറ്റവും മികച്ച കളിക്കാരിയായി തെരഞ്ഞെടുത്തെങ്കിലും ജൂനിയർ
ഇന്ത്യൻ ക്യാമ്പിൽനിന്നും ഒഴിവാക്കപ്പെട്ടു.

1993 ലാണ് കെ എസ് ഇ ബി യിൽ ജൂനിയർ അസിസ്റ്റന്റ് തസ്തിക
യിൽ ജോലിയിൽ പ്രവേശിക്കുന്നത്. ഇതിനുശേഷവും രണ്ട് യൂത്ത് നാഷ
ണൽ, എട്ട് സീനിയർ നാഷണൽ, ഏഴ് സീനിയർ സൗത്ത് സോൺ തുട
ങ്ങിയ ടൂർണമെന്റുകളിൽ പങ്കെടുത്തു. 1995 ൽ ചെന്നൈയിൽ നടന്ന
സാഫ് ഗെയിംസിൽ ഗോൾഡ് മെഡൽ നേടിയ ഇന്ത്യൻ ടീമിലെ അംഗ
വുമായിരുന്നു. പൂനെയിലും ബാംഗ്ലൂരിലും നടന്ന നാഷണൽ ഗെയിംസിൽ
ഗോൾഡ് മെഡൽ നേടിയ കേരള ടീമിലും ശ്രീദേവിയും അംഗമായിരു
ന്നു. ഇപ്പോൾ കെ എസ് ഇ ബി യിൽ സീനിയർ സൂപ്രണ്ടായി ജോലി
നോക്കുന്നു.

ഭർത്താവ്: തൊഴിൽ വകുപ്പിൽ അസി. ലേബർ ഓഫീസർ എൻ
കൃഷ്ണകുമാർ, മക്കൾ: കൈലാസ് എസ് കൃഷ്ണ, ശിവാനി എസ്
കൃഷ്ണ.

മെഴ്സി ആന്റണി

കേരളത്തിനുവേണ്ടി കോട്ടയം കരിക്കാട്ടൂർ ജോർജ് തോമസ്
(തോമസ് മാഷ്) സംഭാവന ചെയ്ത വനിതാ കളിക്കാരിയാണ് മെഴ്സി.
കോട്ടയം കരിക്കാട്ടൂർ കുട്ടപ്പാട്ട് ഗ്രാമത്തിൽ ആന്റണി - മറിയാമ്മ ദമ്പ
തികളുടെ മകളായി 1974 ൽ ജനിച്ചു. എട്ടാം ക്ലാസു മുതലാണ് വോളി

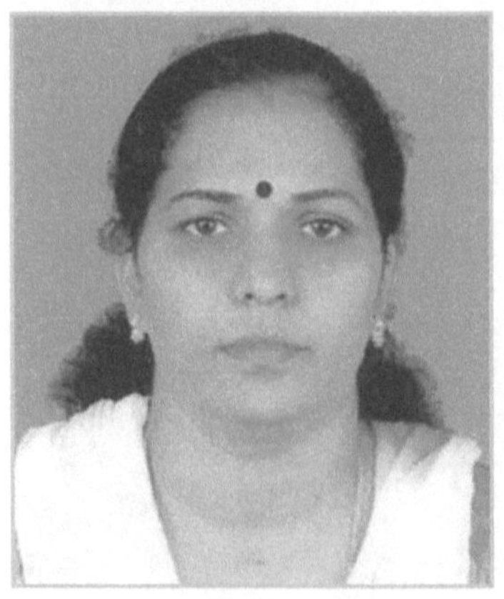

ബോൾ കളി അഭ്യസിച്ചു തുടങ്ങിയത്.
നാട്ടിലെ സി സി എം സ്കൂളിൽ നിന്നും
ഹൈസ്കൂൾ പഠനം പൂർത്തിയാക്കി,
1988 ൽ മാന്നാനം കെ ഇ കോളേജിൽ
ചേർന്നു. അതേവർഷം റൂറൽ നാഷണൽ
ചാമ്പ്യൻഷിപ്പിൽ പങ്കെടുത്തുകൊ
ണ്ടാണ് അരങ്ങേറ്റം. 1989 ൽ ജൂനിയർ
നാഷണൽ ചാമ്പ്യൻഷിപ്പിൽ കേരള
ത്തിന്റെ സെറ്ററായി. തുടർന്ന് മൂന്ന്
വർഷം തുടർച്ചയായി എം ജി യൂണിവേ
ഴ്സിറ്റിയുടെ കുപ്പായമണിഞ്ഞു. പതി
നാല് വർഷം വീതം സീനിയർ നാഷ

ണലിലും ഫെഡറേഷൻ കപ്പിലും പങ്കെടുത്തു. കൂടാതെ ഒൻപത് സീനി യർ സൗത്ത് സോൺ ചാമ്പ്യൻഷിപ്പിലും കേരളത്തെ പ്രതിനിധീകരി ച്ചു. 1995 ൽ ഇന്ത്യ സ്വർണ്ണം മെഡൽ നേടിയ സാഫ് ഗെയിംസിലും, തായ്ലന്റിൽ നടന്ന പ്രിൻസസ്കപ്പ്, ശ്രീലങ്കയിൽ നടന്ന ഏഷ്യൻ ചാമ്പ്യൻഷിപ്പിലും പങ്കെടുത്തു. 1993 ൽ കെ എസ് ഇ ബി യിൽ ജോലി യിൽ പ്രവേശിച്ചു. 1993 മുതൽ 2005 വരെ കെ എസ് ഇ ബി, കേരളം, ഇന്ത്യ എന്നിവയുടെ കുപ്പായം പലതവണയണിഞ്ഞു. ഇപ്പോഴും ഈ കളിയെ സ്നേഹിക്കുകയും പ്രചരിപ്പിക്കുകയും ചെയ്യുന്നതിന്റെ ഭാഗമായി തൃശൂർ വരന്തരപ്പള്ളിയിൽ 'റെഡ്ലാന്റ്' എന്ന പേരിൽ വോളിബോൾ കോച്ചിങ് സെന്റർ നടത്തി വരുന്നു. ഇപ്പോൾ കെ എസ് ഇ ബി യിൽ സൂപ്രണ്ടന്റായി ജോലി നോക്കുന്നു.

ഭർത്താവ്: ജോഫി ജോർജ് മക്കൾ: ജോ ജോഫി, ജോസ്ന ജോഫി.

കപിൽദേവ് ജെ എസ്

തിരുവനന്തപുരം വടശ്ശേരിക്കോണം കൃഷ്ണവിലാസത്തിൽ ഡി ജയ പ്രകാശിന്റെയും സുമത്തിന്റെയും മകനായി 1978 മെയ് 31 ന് കപിൽദേവ് ജനിച്ചു. ഞെക്കാട് ഗവ: ഹൈസ്കൂളിൽ പ്രാഥമിക വിദ്യാഭ്യാസവും, വർക്കല എസ് എൻ കോളേജ്, തിരുവനന്തപുരം മാർഇവാനിയോസ് എന്നിവിടങ്ങളിൽ നിന്നും കോളേജ് വിദ്യാഭ്യാസവും പൂർത്തിയാക്കി. നാട്ടിലെ വൈ സി വോളിബോൾ ക്ലബ്ബിലൂടെയാണ് കളിയുടെ ബാലപാ ഠങ്ങൾ അഭ്യസിച്ചു തുടങ്ങിയത്. വളരെ കുഞ്ഞായിരിക്കുമ്പോൾ തന്നെ തൊട്ടടുത്ത ഗ്രൗണ്ടിൽ കളികാണാൻ പോകുക പതിവായിരുന്നു. ഇത് കളിയെ ആകർഷിക്കുന്നതിന് പ്രചോദനമായി. 1992 ൽ സബ് ജൂനിയർ നാഷണൽ വോളി ചാമ്പ്യൻഷിപ്പായിരുന്നു തുടക്കം. 1993 ലും കേരള

ത്തിന്റെ കുപ്പായമണിഞ്ഞു. 1995, 1996 വർഷങ്ങളിൽ ദേശീയ യൂത്ത് ചാമ്പ്യൻ ഷിപ്പിൽ കേരളത്തിനുവേണ്ടി കളിച്ചു. 1997 ൽ വിശാഖപട്ടണത്തിൽ നടന്ന ദേശീയ സീനിയർ വോളിബോൾ ചാമ്പ്യൻഷിപ്പിൽ പഞ്ചാബിനെതിരെ ആദ്യമായി കേരളം കിരീടം ചൂടിയ ടീമിന്റെ സെറ്റർ കപിൽദേവ് ആയിരുന്നു. 1998 ൽ കപിൽ ഇന്ത്യൻ ജൂനിയർ ടീമിന്റെ ക്യാപ്റ്റനുമായി. 1997 മുതൽ 2017 വരെ 20 സീനിയർ നാഷണൽ വോളിബോൾ ചാമ്പ്യഷിപ്പുകളിലും

വൃത്യസ്ത ടീമുകളിലായി അംഗമായിട്ടുണ്ട്. കൂടാതെ 14 ഫെഡറേഷൻ കപ്പ് ടൂർണമെന്റിലും കളിച്ചിട്ടുണ്ട്. 2000 മുതൽ 2012 വരെ സീനിയർ ഇന്ത്യൻ ടീമിലെ അംഗമാവുകയും ഇതിൽ 4 വർഷം ഇന്ത്യൻ ടീമിന്റെ നായകനുമാകാൻ സാധിച്ചു. 1997 ൽ കെ എസ് ഇ ബി യിൽ ജോലി യിൽ പ്രവേശിച്ചെങ്കിലും 1999 ആയപ്പോൾ രാജിവച്ച് ഇന്ത്യൻ റെയിൽവേ യിലേക്ക് മാറുകയായിരുന്നു. 2002, 2006 എന്നീ വർഷങ്ങളിൽ ഏഷ്യൻ ഗെയിംസ്, 2001, 2003, 2005, 2007, 2011 എന്നീ വർഷങ്ങളിൽ ഏഷ്യൻ വോളിബോൾ ചാമ്പ്യൻഷിപ്പുകളിൽ കപിൽ ഇന്ത്യക്കുവേണ്ടി കളിച്ചിട്ടു ണ്ട്. രാജ്യത്തിന് നല്കിയ മികച്ച സംഭാവനകൾ പരിഗണിച്ച് 2010 ൽ കായിക ബഹുമതിയായ അർജ്ജുന അവാർഡ് നല്കി രാജ്യം അദ്ദേ ഹത്തെ ആദരിച്ചു.. ഒരു സെറ്റർ എന്ന നിലയിൽ ഏറ്റവും കൂടുതൽ കാലം കേരളത്തിനും ഇന്ത്യക്കും വേണ്ടി കളിച്ചിട്ടുള്ളവർ വളരെ വിരളമാണ്.

ഭാര്യ : രാധിക (ഇന്റർനാഷണൽ വോളിബോൾ കളിക്കാരി), മകൻ: പ്രണവ് കെ ദേവ്

ടോം ജോസഫ്

കോഴിക്കോട് തൊട്ടിൽപ്പാലം പൂതംപാറ കുന്നപ്പള്ളി ജോസഫി ന്റേയും ഏലിക്കുട്ടിയുടേയും മകനായി 1980 ൽ ടോം ജനിച്ചു. ലോക ത്തിലെ മികച്ച വോളിബോൾ താരങ്ങളുടെ പട്ടികയിൽ ഇടം നേടാൻ സാധിച്ച ഒരാളാണ് ടോം ജോസഫ്. ബി എസ് എഫിന്റെ കളിക്കാരനും സഹോദരനുമായ റോയ് തോമസിന്റെ കൈപിടിച്ചാണ് ടോമും വോളി ഗ്രൗണ്ടിലെത്തിച്ചേരുന്നത്. തൊട്ടിൽപ്പാലം വോളി അക്കാദമിയുടെ പരി ശീലനക്കളരിയിൽനിന്നാണ് ആദ്യപാഠങ്ങൾ ആരംഭിച്ചത്.

1996 ൽ കോഴിക്കോട് സായ് കേന്ദ്രത്തിൽ ചേർന്ന് പരിശീലനം ആരം ഭിച്ചു. അതേവർഷം തിരുവനന്തപുരം ജില്ലയിലെ പൂവച്ചൽ നടന്ന സംസ്ഥാന ജൂനിയർ വോളി ചാമ്പ്യൻ ഷിപ്പിൽ കോഴിക്കോട് ജില്ലയെ പ്രതിനി ധീകരിച്ച് സംസ്ഥാന ടീമിൽ ഇടം നേടി. ഇതോടെ വോളിബോൾ ചാമ്പ്യൻഷിപ്പു കളുടെ പ്രയാണം ആരംഭിക്കുകയായി രുന്നു. വോളിബോൾ പരിശീലകൻ. പി എ ജോസഫാണ് ടോമിനെ കണ്ടെത്തി കേരളത്തിനും ഇന്ത്യക്കും സംഭാവന നല്കിയത്. 1998 മുതൽ സീനിയർ നാഷ ണൽ ടീമിലും അംഗമായി. 1999 ൽ ബി പി സി എൽ ൽ ഔദ്യോഗിക ജീവിതം ആരംഭിച്ച ടോം 1999, 2004, 2006 വർഷ

ങ്ങളിൽ നടന്ന സാഫ് ഗെയിംസിൽ സ്വർണ്ണം നേടിയ ഇന്ത്യൻ ടീമിലെ അംഗവുമായി. തുടർന്ന് 30 ഇന്റർ നാഷണൽ മത്സരങ്ങൾ, 17 നാഷണൽ മത്സരങ്ങൾ, 6 നാഷണൽ ഗെയിംസ് എന്നിവയിലും പങ്കെടുത്തു. വോളിബോളിന്റെ പ്രതാപ കാലഘട്ടങ്ങൾക്ക് ശേഷം കളിയുടെ ആവേ ശത്തിന്റെ തിരമാലകൾ വീണ്ടുമുണർത്തിയ താരം, അതോടൊപ്പം ലോക കളിക്കാരുടെ പ്രകടനം പരിശോധിച്ചു നോക്കിയാൽ ഏറ്റവും ഉയരത്തിൽ ജമ്പ് ചെയ്ത് പന്ത് അറ്റാക്ക് ചെയ്യുന്ന താരം വേറെ ഇല്ല എന്നു തന്നെ പറയാം. മികച്ച കായിക പുരസ്കാരമായ അർജ്ജുന അവാർഡ് അർഹ മായ സമയത്ത് ടോമിനു നല്കാതെ അധികൃതർ മൗനം പാലിച്ചിരുന്നു. ഡോ. എ സമ്പത്തിന്റെ നേതൃത്വത്തിൽ കേരളത്തിലെ പാർലമെന്റ് അംഗ ങ്ങളുടെ പ്രതിഷേധത്തിനൊടുവിൽ 2014 ൽ കായിക ബഹുമതിയായ 'അർജ്ജുന അവാർഡ്' നല്കി രാജ്യം അദ്ദേഹത്തെ ആദരിച്ചു. വോളി ബോൾ കളി ആരംഭിച്ച് തുടർച്ചയായി ഈ കളിക്കാരൻ 20 വർഷം പിന്നിട്ടു കഴിഞ്ഞു. ടോം ജോസഫ്എന്ന മാസ്മരിക പ്രതിഭയുടെ പ്രക ടനം രാജ്യം എന്നെന്നും ഓർമ്മിക്കും. നിലവിൽ ബി പി സി എല്ലിൽ അസിസ്റ്റന്റ് മാനേജരായി ജോലി നോക്കുന്നു.

ഭാര്യ: ജാനറ്റ് മക്കൾ: റിയ, ജൂവൽ, സ്റ്റുവർട്ട്.

ടോം ജോസഫിന്റെ നേട്ടങ്ങൾ – അന്തർദ്ദേശീയ മത്സരങ്ങൾ

വർഷം	മത്സരങ്ങൾ	സ്ഥലം
1998	ജൂനിയർ ഏഷ്യൻ ചാമ്പ്യൻഷിപ്പ്	ഇറാൻ
1998	ടെസ്റ്റ് മാച്ച് ടൂർണമെന്റ്	പാകിസ്ഥാൻ
1998	ലോക ജൂനിയർ നിലവാര പരിശോധനാ ടൂർണമെന്റ്	തായ്ലാന്റ്
1999	റാഷിദ് ഇന്റർ നാഷണൽ വോളിബോൾ ടൂർണമെന്റ്	ദുബായ്
1999	സീനിയർ ഏഷ്യൻ ചാമ്പ്യൻഷിപ്പ്	ഇറാൻ
1999	സാഫ് ഗെയിംസ്	നേപ്പാൾ
2000	റാഷിദ് ഇന്റർനാഷണൽ വോളിബോൾ ടൂർണമെന്റ്	ദുബായ്
2001	ടെസ്റ്റ് മാച്ച് ടൂർണമെന്റ്	ഇറാൻ
2001	ലോककപ്പ് നിലവാര പരിശോധനാ ചാമ്പ്യൻഷിപ്പ്	ദോഹ
2001	സീനിയർ ഏഷ്യൻ ചാമ്പ്യൻഷിപ്പ്	കൊറിയ
2002	റാഷിദ് ഇന്റർനാഷണൽ വോളിബോൾ ടൂർണമെന്റ്	ദുബായ്

2002	ശിവന്തി സ്വർണ്ണകപ്പ് വോളി ടൂർണമെന്റ്	ഹൈദ്രാബാദ്
2002	ടെസ്റ്റ് മാച്ച് ടൂർണമെന്റ്	ഇറാൻ
2002	ടെസ്റ്റ് മാച്ച് ടൂർണമെന്റ്	തുനിസിയ
2002	ഏഷ്യൻ ഗെയിംസ്	ബുഡാൻ
2003	ടോമി കപ്പ് വോളിബോൾ ടൂർണമെന്റ്	സ്ലോവാക്കിയ
2003	ടെസ്റ്റ് മാച്ച് ടൂർണമെന്റ്	റൊമാനിയ
2003	ഏഷ്യൻ ചാമ്പ്യൻഷിപ്പ്	ചൈന
2004	സാഫ് ഗെയിംസ്	പാകിസ്ഥാൻ
2004	റാഷിദ് ഇന്റർനാഷണൽ വോളി ടൂർണമെന്റ്	ദുബായ്
2005	ലോക നിലവാര പരിശോധനാ ടൂർണമെന്റ്	ചെന്നൈ
2005	ഏഷ്യൻ ചാമ്പ്യൻഷിപ്പ്	തായ്ലന്റ്
2005	സീനിയർ സോൺ ഏഷ്യൻ ചാമ്പ്യൻഷിപ്പ്	കൊളംബൊ
2006	റാഷിദ് ഇന്റർനാഷണൽ വോളി ടൂർണമെന്റ്	ദുബായ്
2006	സാഫ് ഗെയിംസ്	കൊളംബൊ
2006	ടെസ്റ്റ് മാച്ച് ടൂർണമെന്റ്	ഇന്ത്യ
2006	ഏഷ്യൻ ഗെയിംസ്	ദോഹ
2009	ലോക നിലവാരപരിശോധനാ ടൂർണമെന്റ്	ഇറാൻ
2012	ഒളിമ്പിക്സ് നിലവാര പരിശോധനാ ടൂർണമെന്റ്	ജർമ്മനി
2012	ചൈന ചലഞ്ചർക്കപ്പ്	ചൈന

നാഷണൽ ഗെയിംസ്

വർഷം	സ്ഥലം	നേട്ടം
1999	ഇംപാൽ	വെങ്കലം
2001	പഞ്ചാബ്	–
2002	ഹൈദ്രാബാദ്	വെങ്കലം
2007	ഗോഹട്ടി	വെങ്കലം
2011	റാഞ്ചി	വെള്ളി
2015	കേരളം	വെള്ളി

ദേശീയ സീനിയർ വോളിബോൾ ചാമ്പ്യൻഷിപ്പുകൾ

വർഷം	സ്ഥലം	നേട്ടം
1998	കല്ക്കത്ത	
1999	സേലം	വെങ്കലം
2000	കോഴിക്കോട്	സ്വർണ്ണം
2001	റായ്പൂർ	
2002	ഹരിയാന	വെള്ളി
2003	ദാവൻകര	വെള്ളി
2004	ചെന്നൈ	വെങ്കലം
2005	പൂനെ	
2006	റായ്പൂർ	വെള്ളി
2007	ജയ്പൂർ	വെങ്കലം
2008	വിശാഖപട്ടണം	
2009	ഗ്വാളിയാർ	
2010	ചെന്നൈ	വെള്ളി
2012	ജയ്പൂർ	സ്വർണ്ണം
2013	ഉത്തർപ്രദേശ്	വെങ്കലം
2014	ചെന്നൈ	
2015	ബാംഗ്ലൂർ	വെള്ളി

പി വി ഷീബ

കണ്ണൂർ ജില്ലയിലെ ഇരിട്ടി വീർപ്പാട് പാറയ്ക്കത്തൊഴത്ത് വിജയൻ സരളാമണി ദമ്പതികളുടെ ഇളയ മകളായി 1983 ലാണ് ഷീബ ജനിച്ചത്. ചെറുപ്പത്തിലേ നാട്ടിലുള്ള വോളിബോൾ ഗ്രൗണ്ടിൽ സ്ഥിരമായി കളി കാണുന്നതിനുവേണ്ടി പോകുമായിരുന്നു. ഈ ഗ്രൗണ്ടിലെ മുതിർന്ന കളി ക്കാരനായ വാസു എന്ന വ്യക്തിയാണ് ഷീബയെ പന്ത് കളിക്കാൻ നിർബ ന്ധിച്ച് ഗ്രൗണ്ടിലിറക്കിയതാണ് ഈ കളിയിലേക്ക് വരാൻ ഇടയായത്. 1998 ൽ ഒൻപതാം ക്ലാസിൽ പഠിക്കുമ്പോൾ പത്ര പരസ്യം കണ്ട് സായി യിൽ അപേക്ഷ നല്കുകയും 174 സെ മീ ഉയരത്തിന്റേയും ജമ്പിന്റേയും

എം എസ് അനിൽകുമാർ

അടിസ്ഥാനത്തിൽ കൊല്ലം സായിയിൽ സെലക്ഷൻ ലഭിക്കുകയും ചെയ്തു. കൊല്ലം സായിയുടെ പരിശീലകനായ ടി ടി ജോസഫാണ് ഷീബയുടെ ആദ്യപരിശീലകൻ. ഇദ്ദേഹം തന്നെയാണ് ഈ കളിക്കാരിയുടെ കായിക വളർച്ചയുടെ പ്രധാന വഴികാട്ടി. മറ്റു പരിശീലകരായ ഗോപാലകൃഷ്ണൻനായർ, എസ് മനോജ്, സണ്ണി ജോസഫ് എന്നിവരും ഷീബയെ ഒരു അന്തർദ്ദേശീയ നിലവാരമുള്ള കളിക്കാരിയാക്കുന്നതിൽ പ്രധാന പങ്കു വഹിച്ചവരാണ്. 1999 ൽ ജൂനിയർ നാഷണൽ, യൂത്ത് നാഷണൽ തുടങ്ങിയ വോളിബോൾ ചാമ്പ്യൻഷിപ്പുകളിൽ പങ്കെടുത്തു. ജൂനിയർ ചാമ്പ്യൻഷിപ്പിൽ തമിഴ്നാടിനോട് വിജയിച്ച കേരള ടീമിന്റെ നായിക ഷീബയായിരുന്നു. ഈ നേട്ടം 2000 ൽ കെ എസ് ഇ ബി യിൽ അതിഥിതാരമായി കളിക്കുന്നതിന് അവസരം ലഭിച്ചു.

2001 ൽ ആദ്യമായി സീനിയർ നാഷണൽ ചാമ്പ്യൻഷിപ്പ് കളിക്കുകയും 2001 മുതൽ 2015 വരെ രണ്ട് വർഷം ഒഴികെ 13 വർഷം കേരള സംസ്ഥാന സീനിയർ ടീമിന്റേയും ഇതിൽ 8 വർഷം ഇന്ത്യൻ ടീമിന്റേയും കുപ്പായമണിഞ്ഞിട്ടുണ്ട്. 2005 ൽ സീനിയർ നാഷണൽ ചാമ്പ്യൻഷിപ്പ് വിജയിച്ച കേരള സംസ്ഥാന വനിതാ ടീമിന്റെ നായികയുമായിരുന്നു. ഇതു കൂടാതെ സാഫ് ഗെയിംസ് വിജയിച്ച ഇന്ത്യൻ ടീമിലെ അംഗവുമായിരുന്നു. അഞ്ച് നാഷണൽ ഗെയിംസ് അടക്കം ആകെ 25 തവണ കേരളത്തിന്റെ കുപ്പായമണിഞ്ഞിട്ടുണ്ട്. ഒൻപതാം നമ്പർ ജഴ്സിയാണ് ഈ കളിക്കാരിക്ക് ഏറെ ഇഷ്ടം.

2003 ൽ കെ എസ് ഇ ബി യിൽ സ്ഥിരനിയമനം ലഭിച്ചതോടെയാണ് ഔദ്യോഗിക ജീവിതം ആരംഭിക്കുന്നത്. ഇപ്പോൾ സീനിയർ അസിസ്റ്റന്റായി ജോലി നോക്കുന്നു. ഒരു കുഞ്ഞിന് ജന്മം നല്കിയ ശേഷവും ആറ് സീനിയർ നാഷണൽ ചാമ്പ്യൻഷിപ്പുകൾ, ആറ് ഫെഡറേഷൻ കപ്പ്, ഏഷ്യൻ ക്ലബ് ചാമ്പ്യൻഷിപ്പ് എന്നിവയിൽ പങ്കെടുക്കുകയും, ബോണ്ട് കാലാവധിക്കു ശേഷം കെ എസ് ഇ ബി ക്കും ഇന്ത്യക്കുംവേണ്ടി ഇത്രയധികം കളിച്ചിട്ടുള്ള കളിക്കാരിയും വേറെയില്ല. കളിക്കളത്തിൽ സൃഷ്ടിച്ച മേൽപ്പറഞ്ഞ മികവുകൾ ഷീബ എന്ന കളിക്കാരിയെ മറ്റുള്ള വരിൽനിന്നും വേറിട്ടു നിർത്തുന്നു.

ഭർത്താവ് : ബിനോജ്, ഏകമകൻ ദേവദത്ത്.

ടിജി രാജു

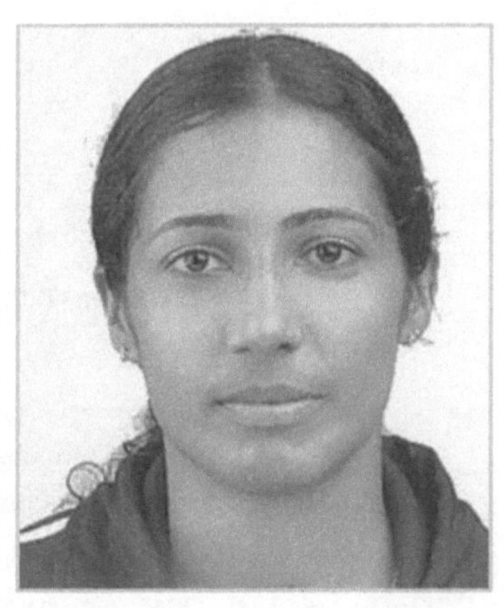

കൊല്ലം പുനലൂർ കറവൂർ തെയിൽ പുത്തൻ വീട്ടിൽ രാജുവർഗ്ഗീസിന്റേയും കുഞ്ഞുമോളുടേയും മകളായി 1986 ജൂലൈ 27 ന് ടിജി രാജു ജനിച്ചു. പുനലൂർ സെൻ ഗൊരേറ്റി സ്കൂളിൽ 9-ാം ക്ലാസിൽ പഠിക്കുമ്പോൾ നാട്ടിലുള്ള എബ്രഹാം എന്ന വ്യക്തിയുടെ നിർദ്ദേശത്തിലാണ് കളി ആരംഭിച്ചത്. 2002 ൽ 10-ാം ക്ലാസിലായപ്പോൾ കൊല്ലം സായി ട്രെയിനിങ് സെന്ററിൽ ചേർന്നു. കെ ജെ ജോസ്, ഗോപാലകൃഷ്ണൻ എന്നിവരാണ് ഇക്കാലത്തെ പരിശീലകർ. 2004 ൽ ജൂനിയർ നാഷണൽ ചാമ്പ്യൻഷിപ്പിലും അതേ വർഷം ജൂനിയർ ഇന്ത്യൻ ടീമിലും അംഗമായി. പരിശീലകൻ സണ്ണി ജോസഫാണ് ടിജി രാജുവിനെ ഇന്ത്യൻ ടീമിൽ കളിക്കുന്നതിന് പ്രാപ്തമാക്കിയത്. 2005 ൽ കെ എസ് ഇ ബി വോളിബോൾ ടീമിൽ അംഗമാവുകയും ജോലിയിൽ പ്രവേശിക്കുകയും ചെയ്തു. 2005 മുതൽ 2016 വരെ 13 സീനിയർ നാഷണൽ വോളിബോൾ ചാമ്പ്യൻഷിപ്പുകൾ, 3 സൗത്ത്സോൺ വോളിബോൾ ചാമ്പ്യൻഷിപ്പുകൾ, 5 ഫെഡറേഷൻ കപ്പ് എന്നിവയുടെ ഭാഗമായി 2008 മുതൽ 2016 വരെ തുടർച്ചയായി 8 വർഷം ഇന്ത്യൻ ടീമിലും, 2011, 2015 വർഷങ്ങളിൽ ഇന്ത്യൻ ടീമിന്റെ ക്യാപ്റ്റനുമായി സേവനമനുഷ്ഠിച്ചു. 3 നാഷണൽ ഗെയിംസിൽ പങ്കെടുത്തു, ഇതിൽ 2015 ൽ കോഴിക്കോട് നടന്ന നാഷണൽ ഗെയിംസിൽ കേരള ടീമിന്റെ ക്യാപ്റ്റൻ ആയി പ്രവർത്തിച്ചു. ഇതു കൂടാതെ 10 ഇന്റർ നാഷണൽ ചാമ്പ്യൻ ചാമ്പ്യൻഷിപ്പുകളിലും പങ്കെടുത്തത് പ്രധാന നേട്ടങ്ങളിൽപ്പെടുന്നു.

പ്രധാന അന്തർദ്ദേശീയ മത്സരങ്ങൾ

ഏഷ്യൻഗെയിംസ്	2010 – ചൈന
	2014 – കൊറിയ
സാഫ് ഗെയിംസ്	2015 – ഇന്ത്യ
ഏഷ്യൻചാമ്പ്യൻഷിപ്പുകൾ	2009 – വിയറ്റ്നാം
	2011 – ചൈനീസ്- തായ്പേ
	2013 – തായ്ലന്റ്
	2015 – തായ്ലന്റ്

പ്രിൻസസ് കപ്പ്	2010 – തായ്‌ലന്റ്
	2013 – തായ്‌ലന്റ്
	2015 – തായ്‌ലന്റ്
ലൂസി ഫോണിയ ഗെയിംസ്	2014 – ഇന്ത്യ
ഇന്ത്യൻ ഇന്റർ നാഷണൽ ടൂർണമെന്റ്	2015 – മൗറീഷ്യസ്

തുടർച്ചയായി ഇത്രയും കൂടുതൽ കാലം ഇന്ത്യക്ക് വേണ്ടി കളിച്ചി ട്ടുള്ള കളിക്കാരി വേറെ ഇല്ല എന്ന് തന്നെ പറയാം. 2012 ൽ വോളിബോൾ താരവും കെ എസ് ഇ ബി ഉദ്യോഗസ്ഥനുമായ ഷാംജി കെ തോമസിനെ വിവാഹം കഴിച്ചു. 2016 ൽ ഇന്ത്യയിലെ ഏറ്റവും മികച്ച വോളിബോൾ താരത്തിനുള്ള കെ ഉദയകുമാർ മെമ്മോറിയൽ അവാർഡും ടിജിക്ക് ലഭിച്ചു. ഇപ്പോൾ വൈദ്യുതി ബോർഡിൽ സീനിയർ അസിസ്റ്റന്റായി ജോലി നോക്കുന്നു.

പരിശീലകർ – സ്വാധീനിച്ചതെങ്ങനെ

കലവൂർ എൻ ഗോപിനാഥ്

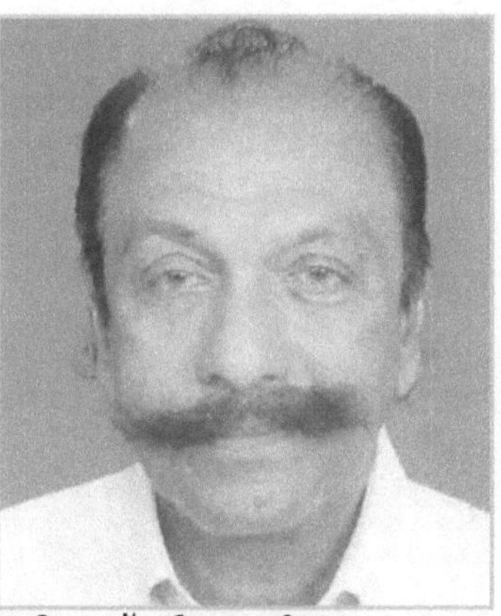

ആലപ്പുഴ ജില്ലയിൽ കലവൂർ വേലിയക്കകെത്ത് വീട്ടിൽ നാരായണന്റെ പുത്രനായി 1935 ൽ എൻ ഗോപിനാഥ് ജനിച്ചു. കണിച്ചുകുളങ്ങര ഹൈസ്കൂളിൽ പഠിക്കുമ്പോഴാണ് വോളിബോൾ അഭ്യസിച്ചു തുടങ്ങിയത്. 1954 ൽ ഇന്ത്യൻ എയർഫോഴ്സിൽ ചേർന്ന ഗോപിനാഥ് 1954 മുതൽ 1965 വരെ എയർഫോഴ്സിനും സർവ്വീസസിനും വേണ്ടി കളിച്ചു. 1966 ൽ സർവ്വീസസ് ടീമിന്റെ പരിശീലകനായി. ആ വർഷം ഹൈദ്രാബാദിൽ നടന്ന ദേശീയ ചാമ്പ്യൻഷിപ്പിൽ പഞ്ചാബിനെതിരെ സർവ്വീസസ് ടീം സ്വർണ്ണം നേടുകയായിരുന്നു. 1969 ൽ ഗോപിനാഥ് വിരമിച്ച് ഒരു വർഷത്തിനു ശേഷം സർവ്വീസസ് ടീം കളിച്ച ദേശീയ സീനിയർ വോളിബോൾ ചാമ്പ്യൻഷിപ്പിൽ പഞ്ചാബിനെതിരെ രണ്ടാം സ്ഥാനം കൊണ്ട് തൃപ്തിപ്പെടേണ്ടി വന്നു. സർവ്വീസസിനും പ്രത്യേകിച്ച് എയർഫോഴ്സിനും വേണ്ടി നേടിയെടുത്ത അംഗീകാരങ്ങളും, നേട്ടങ്ങളും മാനിച്ച് ആവടിയിലെ ഫ്ളഡ്ലിറ്റ് സ്റ്റേഡിയത്തിന് 'എൻ ഗോപിനാഥ് സ്റ്റേഡിയം' എന്ന നാമകരണം ചെയ്ത് അവർ ആദരിച്ചു.

കേരള സ്പോർട്സ് കൗൺസിലിന്റെ ആദ്യ പ്രസിഡന്റായിരുന്ന കേണൽ ഗോദവർമ്മ രാജ 1970 ൽ ഗോപിനാഥിന് കൗൺസിൽ പരിശീ

ലകനായി നിയമനം നല്കി. 1972 ൽ കേരള യൂണിവേഴ്സിറ്റിയുടെ പരി
ശീലകനായി ജോലിയിൽ പ്രവേശിച്ചു. 1973 മുതൽ 79 വരെ തുടർച്ച
യായി 7 തവണ അന്തർ സർവ്വകലാശാല ജേതാക്കളായ കേരള ടീമിനെ
പരിശീലിപ്പിച്ചത് ഗോപിനാഥാണ്. 1985 ൽ എം ജി സർവ്വകലാശാലയി
ലേക്ക് പരിശീലനക്കളരി മാറ്റി, തുടർന്ന് അഞ്ച് വർഷക്കാലം എം.ജി
യുടെ വനിതാ ടീം അഖിലേന്ത്യ അന്തർസർവ്വകലാശാല ദേശീയ കിരീടം
ചൂടി. 1985 ൽ തിരുനെൽവേലിയിൽ നടന്ന ഫെഡറേഷൻ കപ്പിൽ
റെയിൽവേ ടീമിനെ അഞ്ച് സെറ്റുകൾ നീണ്ട തീവ്ര പോരാട്ടത്തിലൂടെ
പരാജയപ്പെടുത്തി. ഇന്ത്യൻ യൂണിവേഴ്സിറ്റിയെ ചരിത്ര വിജയത്തിലേക്ക്
എത്തിക്കുവാൻ അദ്ദേഹത്തിന്റെ പരിശീലന മികവിനു കഴിഞ്ഞു. 1997 ൽ
അദ്ദേഹം സർവ്വീസിൽനിന്നും വിരമിച്ചു. വോളിബോൾ പരിശീലന
രംഗത്ത് ഇത്രയേറെ നേട്ടങ്ങൾ കൈവരിച്ച മറ്റൊരു പരിശീലകൻ
പിന്നീടൊരിക്കലും ഉണ്ടായിട്ടില്ല. പരിശീലകരിൽ വ്യത്യസ്തനായ
അദ്ദേഹം 2018 മാർച്ച് 21ന് കായികലോകത്തോട് വിടപറഞ്ഞു.

ഭാര്യ: പങ്കി, മക്കൾ, ബിനു, ബിജു, ബീന.

കെ അബ്ദുറഹ്മാൻ

കോഴിക്കോട് ജില്ലയിൽ പുറമേരി കാട്ടിൽ വീട്ടിൽ കുട്ട്യാലിയുടേയും
അലിയുമ്മയുടേയും മകനായി ജനിച്ചു. പത്തോളി നാഷണൽ ഹൈസ്കൂ

ളിൽ പഠിക്കുമ്പോൾ വിശ്വനാഥൻ എന്ന
വ്യക്തി ആണ് വോളിബോൾ കളിയി
ലേക്ക് എത്തിച്ചത്. അക്കാലത്ത് മദ്രാ
സിന്റെ ഭാഗമായിരുന്ന മലബാർ ജിംഖാന
വോളിക്ലബ്ബിന്റെ പ്രധാന കളിക്കാരിൽ
ഒരാളായിരുന്നു അബ്ദു റഹ്മാൻ,
കൂടാതെ ഇദ്ദേഹം മലബാറിലെ വോളി
സ്നേഹികളുടെ വികാരവുമായി. 1952 ൽ
സീനിയർ ദേശീയ വോളിബോൾ
ചാമ്പ്യൻഷിപ്പ് ആരംഭിക്കുന്നതിന് മുൻപ്
'മദ്രാസ് സ്റ്റേറ്റ് ഒളിമ്പിക്സ്' എന്ന
പേരിൽ നടത്തിയിരുന്ന ചാമ്പ്യൻഷിപ്പിൽ
കളിച്ച മലബാർ മേഖലയിലെ കളി

ക്കാർക്ക് നല്കിയ "ഒളിമ്പ്യൻ" എന്ന പദവി റഹ്മാനും ലഭിച്ചു. മല
ബാർ മേഖലയിൽ വോളിക്ക് ഇന്ന് കാണുന്ന പ്രശസ്തി നേടിക്കൊടു
ക്കുന്നതിൽ പ്രഥമസ്ഥാനം മലബാർ ജിംഖാനയായിരുന്നു, ഒപ്പം അഞ്ച്
വർഷക്കാലം മദ്രാസ് ടീമിൽ, ട്രാവൻകൂർ-കൊച്ചി ടീമിനെതിരെയും
ഇദ്ദേഹം കളിച്ചിട്ടുണ്ട്. 1954 ൽ ടോക്കിയോയിൽ ടെസ്റ്റ് മത്സരത്തിൽ ജപ്പ
നെതിരെ ഇന്ത്യൻ ടീമിന്റെ കുപ്പായമണിഞ്ഞു. 1958 ൽ ടോക്കിയോ

ഏഷ്യൻ ഗെയിംസിൽ മൂന്നാം സ്ഥാനം നേടിയ ഇന്ത്യൻ ടീം അംഗമാ
യിരുന്നു. ഈ കാലയളവിലാണ്, കാലിക്കറ്റ് സർവ്വകലാശാലയുടെ പരി
ശീലകനായി എത്തിച്ചേർന്ന, ജിമ്മിജോർജ്, മൂസ, ജോസ് എന്നീ കളി
ക്കാരെ കേരളത്തിനും ഇന്ത്യക്കും വേണ്ടി സംഭാവന ചെയ്തതും. 15
വർഷക്കാലം കാലിക്കറ്റ് യൂണിവേഴ്സിറ്റി പുരുഷ-വനിതാ ടീമിന്റെ മുഖ്യ
പരിശീലകനായിരുന്നു. ഇതിൽ 8 വർഷം തുടർച്ചയായി വനിതാവോളി
ടീം ഇന്റർ യൂണിവേഴ്സിറ്റി ചാമ്പ്യൻമാരാവുകയും ചെയ്തു. തുടർന്ന് 7
വർഷം സംസ്ഥാന ടീമിന്റെ പരിശീലകനും ആയിരുന്നു. കളിയിലും പരി
ശീലനത്തിലും ഒരുപോലെ മികവ് തെളിയിച്ച ആദ്യകാല പരിശീലക
രിൽ ഒരാളായിരുന്നു കാട്ടിൽ അബ്ദു റഹ്മാൻ. 1999 ഡിസംബർ 15 ന്
ഇദ്ദേഹം നാടിനോട് വിട പറഞ്ഞു.

ഭാര്യ : റാബിയ, മക്കൾ : സഫീർ, സിറാജ്, ഫിറോസ്, സുഹറ.

സേതുമാധവൻ

കോഴിക്കോട് ചോമ്പാല ഉഷസ്സിൽ
കുഞ്ചിക്കുട്ടി വൈദ്യരുടേയും ചിരുതയു
ടേയും മകനായി 1946 ഫെബ്രുവരി 11-ാം
തീയതി സേതുമാധവൻ ജനിച്ചു.
ഹൈസ്കൂൾ വിദ്യാഭ്യാസം മടപ്പള്ളി
ഗവൺമെന്റ് സ്കൂളിൽ പൂർത്തിയാക്കി.
1964 ൽ ഇന്ത്യൻ എയർ ഫോഴ്സിൽ
ജോലിയിൽ പ്രവേശിച്ചു. 7 വർഷം
തുടർച്ചയായി എയർഫോഴ്സിന്റേയും, 2
വർഷം ഇന്ത്യൻ സർവ്വീസസിന്റേയും
കുപ്പായമണിഞ്ഞു. 1976 ൽ ബാംഗ്ലൂരിലെ
സായി സ്പോർട്സ് ഇൻസ്റ്റിറ്റ്യൂട്ടിൽ
നിന്നും ആദ്യ ബാച്ചായി എൻ ഐ എസ്
കോച്ചിങ് ഡിപ്ലോമ പാസായി. 1979 ൽ എയർഫോഴ്സ് ടീമിന്റെ പരിശീ
ലകനായി. 1980 ൽ എയർഫോഴ്സിൽനിന്നും വിരമിച്ച സേതുമാധവൻ
കേരള സംസ്ഥാന സ്പോർട്സ് കൗൺസിലിൽ പരിശീലകനായി. 1981 ൽ
കേരള ജൂനിയർ പെൺകുട്ടികൾ, കേരള സബ്ജൂനിയർ ആൺകുട്ടികൾ
എന്നീ ടീമുകളുടെ പരിശീലകനായി. ഗുണ്ടൂർ ദേശീയചാമ്പ്യഷിപ്പിൽ
വനിതാ ടീമിനേയും കാൺപൂർ ദേശീയ ചാമ്പ്യൻഷിപ്പിൽ പുരുഷ ടീമി
നേയും, ഡൽഹി ദേശീയ ചാമ്പ്യൻഷിപ്പിൽ വനിതാ ടീമിന്റേയും
മുഖ്യപരിശീലകനായിരുന്നു. 1985 ൽ ഡൽഹിയിൽ നടന്ന നാഷണൽ
ഗെയിംസിൽ കേരള പുരുഷ ടീമിനേയും തുടർന്ന് കോഴിക്കോട് നടന്ന
ദേശീയ ചാമ്പ്യൻഷിപ്പിൽ വനിതാ ടീമിനേയും കളിക്കളത്തിലിറക്കി.
കല്ക്കത്ത, ബാംഗ്ലൂർ ദേശീയ ചാമ്പ്യൻഷിപ്പിലും 3 ഫെഡറേഷൻ
കപ്പിലും സേതുമാധവൻ പ്രധാന പരിശീലകന്റെ ചുമതല ഏറ്റെടുത്തു.

1986 ലെ സൗത്ത് കൊറിയ ഏഷ്യൻ ഗെയിംസിലും, 1987 ലെ ഇറാൻ ഇൻവിറ്റേഷൻ ടൂർണമെന്റിലും ഇന്ത്യൻ പുരുഷ ടീമിന്റെ സഹ പരിശീ ലകനായി. 2001 ൽ സ്പോർട്സ് കൗൺസിലിൽനിന്നും വിരമിച്ച ശേഷം കസ്റ്റംസ്, മുത്തൂറ്റ് ബാങ്കേഴ്സ്, കൊച്ചിൻ റിഫൈനറി എന്നീ ടീമുകളെ പരിശീലിപ്പിച്ചു. ഇപ്പോഴും സജീവമായി പൂർണ്ണ സമയ പരിശീലകനായി അദ്ദേഹം ജൈത്രയാത്ര തുടരുകയാണ്.

ഭാര്യ: സുമതി. മക്കൾ : നീതു, നീനു.

എം ടി സാമുവൽ

ആലപ്പുഴ വട്ടയാൻ വാർഡിൽ മീനത്തേതിൽ എം കെ ജോസഫി ന്റേയും ചിന്നമ്മയുടേയും മകനായി 1952 ൽ സാമുവൽ ജനിച്ചു. 1972 ൽ  കേരള യൂണിവേഴ്സിറ്റി ടീമിൽ അംഗ മായി. 1975 ൽ എറണാകുളം പോർട്ടിൽ ജോലിയിൽ പ്രവേശിക്കുകയും, വോളി ബോൾ ടീമിൽ അംഗമാവുകയും ചെയ്തു. 1982 ൽ ബാംഗ്ലൂർ എൻ ഐ എസിൽ നിന്നും ഒന്നാം റാങ്കോടെ വോളി ബോൾ കോച്ചിങ് ബിരുദം കരസ്ഥമാക്കി. അന്തർ ദേശീയ വോളിബോൾ കോച്ചിങ് സർട്ടി ഫിക്കറ്റ് കോഴ്സുകളായ ലെവൽ 1 – 1995 ൽ ശ്രീലങ്കയിൽനിന്നും, ലെവൽ 2- 1996 ൽ ബഹറിനിൽനിന്നും, ലെവൽ 3- 2012 ൽ ചെന്നൈയിൽ നിന്നും, അദ്ദേഹം പൂർത്തി യാക്കി. 1983 മുതലാണ് കേരള പോർട്ട് ട്രസ്റ്റ് വോളി ടീമിന്റെ മുഖ്യ പരിശീലകനാവുന്നത്. ഇതിനുശേഷം ഈ ടീം 1999, 2000 വർഷങ്ങളിൽ ഫെഡറേഷൻ കപ്പ് ജേതാക്കളായി. 1995, 1996, 2003, 2011 വർഷങ്ങളിൽ സീനിയർ ദേശീയ ചാമ്പ്യൻഷിപ്പുകളിൽ സാമുവൽ കേരള ടീമിന്റെ മുഖ്യ പരിശീലകനായിരുന്നു. 2001 ൽ ഇന്ത്യൻ യൂത്ത് ടീമിന്റെ പ്രധാന പരിശീലകനായും, 2013 ൽ സീനിയർ ഇന്ത്യൻ ടീമിന്റെ സഹപരിശീലകനായും പ്രവർത്തിച്ചു. 1983 മുതൽ 2011 വരെ പോർട്ട് ട്രസ്റ്റ് ടീമിന്റെ പ്രധാന പരിശീലകനായിരുന്നു. ഇതുകൂടാതെ മൂന്ന് നാഷണൽ ഗെയിംസിലും കേരളത്തിന്റെ പരിശീലകൻ എം ടി സാമു വൽ ആയിരുന്നു. ഇപ്പോൾ ബി പി സി എല്ലിൽ പരിശീലകനായി ജോലി നോക്കുന്നു.

മക്കൾ : സഞ്ജുസാമുവൽ, രഞ്ജു സാമുവൽ.

പി എ ജോസഫ്

കണ്ണൂർ കൊട്ടിയൂർ പന്തപ്ലാക്കൽ വീട്ടിൽ എബ്രഹാം-മറിയാമ്മ ദമ്പ തികളുടെ മകനായി 1958 നവംബർ 25 ന് ജോസഫ് ജനിച്ചു. പേരാവൂർ

സെന്റ് ജോസഫ് സ്കൂളിൽ പത്താം ക്ലാസ് പഠനം പൂർത്തിയാക്കി ദേവഗിരി സെന്റ് ജോസഫ് കോളേജിൽനിന്നും ബിരുദപഠനവും പൂർത്തിയാക്കി. 1982 ൽ കോയമ്പത്തൂർ മാരുതി കോളേജ് ഓഫ് ഫിസിക്കൽ എഡ്യൂക്കേഷൻ കോളേ ജിൽനിന്നും ബി പി എഡും തുടർന്ന് എം പി എഡും കരസ്ഥമാക്കി. ഈ കാലയ ളവിൽ 2 വർഷം ഇന്റർ യൂണിവേഴ്സിറ്റി മത്സരങ്ങളിൽ കോയമ്പത്തൂർ യൂണിവേ ഴ്സിറ്റിക്കുവേണ്ടി കളിച്ചിട്ടുണ്ട്. 1984 ൽ ബാംഗ്ലൂർ നാഷണൽ സ്പോർട്സ്

ഇൻസ്റ്റിറ്റ്യൂട്ടിൽനിന്നും വോളിബോൾ പരിശീലന ബിരുദവും നേടി. 1985 ൽ കോയമ്പത്തൂർ മാരുതി സ്പോർട്സ് സ്കൂളിൽ വോളിബോൾ പരിശീ ലകനായും, 1987 ൽ ഗോവ സ്പോർട്സ് അതോറിറ്റി ഓഫ് ഇന്ത്യയുടെ പരിശീലന കേന്ദ്രത്തിലും ജോലി നോക്കി. 1988 ൽ ചെക്കോസ്ലോവാക്യ യിൽനിന്നും FIVB level I, II പരിശീലന കോഴ്സുകളും പൂർത്തിയാക്കിയി ട്ടുണ്ട്.

1988 മുതൽ 1992 വരെ തിരുവനന്തപുരം ഗവ.ജി വി രാജാ സ്പോർട്സ് സ്കൂളിൽ വോളിബോൾ പരിശീലകനായി ചുമതലയേറ്റു. 1993 മുതൽ 1994 വരെ കൊല്ലം സായി സെന്ററിലും 1994 മുതൽ 2000 വരെ കോഴിക്കോട് സായി സെന്ററിലും പരിശീലകനായി ജോലി നോക്കി യിട്ടുണ്ട്. തുടർന്ന് 2000-2012 കാലയളവിൽ കണ്ണൂർ യൂണിവേഴ്സിറ്റിയിലും സേവനമനുഷ്ഠിച്ചു. 2000 ൽ യൂണിവേഴ്സിറ്റി സൗത്ത് സോൺ വോളി ബോൾ ചാമ്പ്യൻഷിപ്പിൽ കണ്ണൂർ യൂണിവേഴ്സിറ്റി ചാമ്പ്യന്മാരാക്കിയത് ജോസഫിന്റെ പരിശീലന മികവുകൊണ്ടാണ്. 2008 ൽ ഫിലിപ്പീൻസിൽ നടന്ന ഇന്റർനാഷണൽ യൂത്ത് വോളിബോൾ ചാമ്പ്യൻഷിപ്പിൽ ഇന്ത്യൻ വനിതകളുടെ മുഖ്യപരിശീലകനായും, 2010 ൽ വിയറ്റ്നാമിൽ നടന്ന ജൂനി യർ അന്തർദ്ദേശീയ മത്സരങ്ങളിലും ഇന്ത്യൻ ടീമിന്റെ മുഖ്യപരിശീലക നായും പ്രവർത്തിച്ചു. 2011 ൽ ചൈനീസ് തായ്പേയിൽ നടന്ന സീനിയർ അന്തർദ്ദേശീയ ചാമ്പ്യൻഷിപ്പിൽ ഇന്ത്യൻ ടീമിനെ പരിശീലിപ്പിച്ചതും ജോസഫാണ്. 2012, 2013 വർഷങ്ങളിൽ തിരുവനന്തപുരം സായി പരിശീല നകേന്ദ്രത്തിൽ ജോലിയിൽ പ്രവേശിച്ചു. ഈ കാലയളവിൽ സായി-കെ എസ് ഇ ബി ടീമിന്റെ പരിശീലകനായി എത്തി ഈ ടീമിനെ വിവിധ ദേശീയ വോളിബോൾ ടൂർണമെന്റുകളിൽ ചാമ്പ്യന്മാരാക്കുന്നതിൽ ജോസഫിന്റെ പങ്ക് വളരെ വലുതാണ്. 2013 ൽ തായ്ലന്റിൽ നടന്ന ഏഷ്യൻ ക്ലബ് ചാമ്പ്യൻഷിപ്പിൽ കെ എസ് ഇ ബി യുടെ ടീമിനെ കളി ക്കളത്തിലിറക്കിയതും ജോസഫാണ്. ഈ കാലയളവിൽ ഒട്ടനേകം ദേശീയ ജൂനിയർ, യൂത്ത് ചാമ്പ്യൻഷിപ്പുകളിൽ കേരള ടീമിന്റെ പരിശീ

ലകനാവുകയും ചെയ്തു. അദ്ദേഹത്തിന്റെ പരിശീലന കാലയളവിൽ നിരവധി ദേശീയ അന്തർദ്ദേശീയ താരങ്ങളെ വളർത്തിയെടുക്കുന്നതിൽ നിർണ്ണായക പങ്കു വഹിക്കുന്നതിന് സാധിച്ചു.

ഭാര്യ: ഡോലി ജോസഫ്. മക്കൾ: സ്റ്റെഫി ജോസഫ്, ജെറി ജോസഫ്.

സണ്ണി ജോസഫ്

ആലുവ തൈക്കാട്ടുകര പനംതോ ട്ടത്തിൽ വീട്ടിൽ ആർ ജോസഫിന്റെ മക നായി 1959 ഏപ്രിൽ 3 ന് സണ്ണി ജോസഫ് ജനിച്ചു. മൂന്ന് തവണ കേരള യൂണിവേഴ്സിറ്റിയെ പ്രതിനിധീകരിച്ചു. 1977 ൽ ജബൽപൂർ അന്തർസർവ്വകലാ ശാല ചാമ്പ്യൻഷിപ്പിൽ ജേതാക്കളായ കേരള സർവ്വകലാശാലയുടെ ക്യാപ്റ്റ നുമായിരുന്നു. 3 തവണ കേരള യൂത്ത് ടീമിലും, 5 തവണ കേരള സീനിയർ ടീമിലും അംഗമായി. 1978 ൽ പ്രീമിയർ ടയേഴ്സിൽ ജോലിയിൽ പ്രവേശിച്ച സണ്ണിജോസഫ് പത്ത് വർഷക്കാലം ഈ ടീമിന്റെ പ്രധാന കളിക്കാരിൽ ഒരാളായിരുന്നു. 1990 ൽ കല്ക്കത്ത എൻ ഐ എസ് സ്പോർട്സ് ഇൻസ്റ്റിറ്റ്യൂട്ടിൽനിന്നും വോളിബോൾ കോച്ചിങ്ങിൽ ബിരുദവും കരസ്ഥമാക്കി. കൂടാതെ അന്തർദ്ദേശീയ വോളി ബോൾ ഫെഡറേഷൻ നടത്തുന്ന ലെവൽ-1, ലെവൽ -2 പരിശീലന കോഴ്സുകൾ പൂർത്തിയാക്കിയിട്ടുണ്ട്.

1993 ൽ സംസ്ഥാന സ്പോർട്സ് കൗൺസിലിൽ ജോലിയിൽ പ്രവേ ശിച്ചു. തുടർന്ന് പ്രധാന വോളിബോൾ മത്സരങ്ങളിൽ കേരളത്തിന്റെയും, ഇന്ത്യയുടെയും മുഖ്യപരിശീലകനായി. ദേശീയ വോളിബോൾ ചാമ്പ്യൻ ഷിപ്പിൽ 7 തവണ പുരുഷ ടീമിന്റേയും 5 തവണ വനിതാ ടീമിന്റേയും പരിശീലകനായിരുന്നു. 2007 ൽ ആസാമിൽ നടന്ന നാഷണൽ ഗെയിം സിലും ഫെഡറേഷൻ കപ്പ് ടൂർണമെന്റിലും കേരള ടീമിന്റെ മുഖ്യപ രിശീലകനായിരുന്നു. 2004 ൽ റഷ്യയിൽ നടന്ന ജുനിയർ വനിതാ വോളി ബോൾ ചാമ്പ്യൻഷിപ്പിൽ ഇന്ത്യക്ക് രണ്ടാം സ്ഥാനം നേടിക്കൊടുത്ത ടീമിനെ പരിശീലിപ്പിച്ചതും സണ്ണിയായിരുന്നു. 2004 ൽ ശ്രീലങ്കയിൽ നടന്ന ഏഷ്യൻ വനിതാവോളി ചാമ്പ്യൻഷിപ്പിലും 2005 ലെ ലോക പുരുഷ നില വാര പരിശോധനാ ടൂർണമെന്റിലും ഇന്ത്യൻ ടീമിന്റെ മുഖ്യപരിശീലക നായി. 2007 ൽ ഏഷ്യൻ യൂത്ത് വോളി ചാമ്പ്യൻഷിപ്പിൽ ഇന്ത്യൻ ടീമിന്റെ മികച്ച പ്രകടനം സണ്ണിയുടെ പരിശീലന മികവിന്റെ തെളിവാണ്. 2009 ൽ

മാലിദ്വീപിൽ നടന്ന സാഫ് ഗെയിംസിലും ഇന്ത്യൻ ടീമിന്റെ മുഖ്യപരി ശീലകൻ സണ്ണിജോസഫായിരുന്നു. തുടർന്ന് കെ എസ് ഇ ബി വനിതാ ടീമിന്റെ പരിശീലകനായി. ഈ കാലയളവിൽ ബോർഡ് ടീമിന്റെ സുവർണ്ണ കാലഘട്ടമായിരുന്നു. ഇതു കൂടാതെ സായ് - കെ എസ് ഇ ബി ടീമിന്റെ പരിശീലകനായും പ്രവർത്തിച്ചിട്ടുണ്ട്. നിരവധി പുരുഷ വനിതാ കളിക്കാരെ വിവിധ സർക്കാർ, ഇതര വകുപ്പുകളിലെ വോളി ബോൾ ടീമുകളിൽ എത്തിക്കുവാൻ സണ്ണി ജോസഫിന്റെ കഠിനാധ്വാന ത്തിന് കഴിഞ്ഞിട്ടുണ്ട്.

എസ് ടി ഹരിലാൽ

തിരുവനന്തപുരം പെരുംകുഴി കണിയൻമൂല വിട്ടീൽ തങ്കപ്പൻ - സുജാത ദമ്പതികളുടെ മൂന്നാമത്തെ പുത്രനാണ് ഹരിലാൽ. പതിനേഴാം വയസ്സിൽ വർക്കല എസ് എൻ കോളേജ് സ്പോർട്സ് ഹോസ്റ്റലിൽ ചേർന്നതിനുശേഷമാണ് വോളിബോൾ കളിയിൽ വിദഗ്ദ്ധപരിശീലനം ലഭിച്ചത്. 1980 ൽ ജൂനിയർ നാഷണൽ വോളിബോൾ ചാമ്പ്യൻഷിപ്പിൽ കേരള ടീമിൽ അംഗമായതോടെ ആദ്യ അങ്കം കുറിച്ചു. തുടർന്ന് 1982, 1983 വർഷങ്ങളിൽ നടന്ന രണ്ട് അഖിലേന്ത്യ യൂണിവേഴ്സിറ്റി ചാമ്പ്യൻഷി പ്പുകൾ വിജയിച്ച കേരള ടീമിലെ അംഗമായി. തുടർന്ന് 1984 ൽ ജപ്പാ നിലെ കോബേയിൽ നടന്ന ലോക യൂണിവേഴ്സിറ്റി ചാമ്പ്യൻഷിപ്പിൽ (യൂണിവേഴ്സിറ്റിയാർഡ്) പങ്കെടുത്ത ഇന്ത്യൻ യൂണിവേഴ്സിറ്റി ടീമിലും അംഗമായി. 1985 ൽ തമിഴ്‌നാട്ടിൽ നെയ്‌വേലി ലിഗ്നൈറ്റ് കോർപ്പറേഷ നിൽ ജോലിയിൽ പ്രവേശിച്ച് 9 വർഷം കോർപ്പറേഷനുവേണ്ടി കളിച്ചു. 1993 ൽ ബാംഗ്ലൂർ നാഷണൽ സ്പോർട്സ് ഇൻസ്റ്റിട്യൂട്ടിൽനിന്നും കോച്ചിങ് ഡിപ്ലോമ കരസ്ഥമാക്കി. 1994 ൽ ജോലി രാജിവെച്ച് നാട്ടിലേക്ക് മടങ്ങി, 1997 ൽ കെ എസ് ഇ ബി യിൽ പരിശീ ലകനായി.

2000 ൽ സംസ്ഥാന സ്പോർട്സ് കൗൺസിൽ പരിശീലനകനായി ചുമ തലയേല്ക്കുകയും തുടർന്ന് ഇടുക്കി ചെമ്മണ്ണാർ, സെന്റ് തോമസ് കോളേജ് കോഴഞ്ചേരി, കരമന എൻ എസ് എസ് കോളേജ്, അസംഷൻ കോളേജ് ചങ്ങ നാശേരി എന്നിവിടങ്ങളിൽ പരിശീലക നായി ജോലി നോക്കി. ഈ കാലയള വിൽ ഒട്ടനവധി ദേശീയ അന്തർദേശീയ താരങ്ങളെ സംഭാവന ചെയ്യു വാൻ ഹരിലാലിന് കഴിഞ്ഞിട്ടുണ്ട്. ഇപ്പോൾ കേരള സംസ്ഥാന സ്പോർട്സ് കൗൺസിലിന്റെ കീഴിൽ തൃപ്രയാർ ആരംഭിച്ച ആദ്യ എലൈറ്റ് വോളി അക്കാദമിയിൽ പരിശീലകനായി സേവനം അനുഷ്ഠി

ക്കുന്നു. നാല് നാഷണൽ ഗെയിംസ്, ഏഴ്, സീനിയർ നാഷണൽസ്, മൂന്ന്
യൂത്ത്, ഒരു ജൂനിയർ എന്നീ ദേശീയ ചാമ്പ്യൻഷിപ്പുകളിൽ കേരള
ടീമിന്റെ മുഖ്യ പരിശീലകനായിരുന്നു. 2007, 2009, 2013, 2017 എന്നീ
വർഷങ്ങളിൽ ഇന്ത്യൻ യൂത്ത്, സീനിയർ വോളിബോൾ ടീമുകളുടെ സഹ
പരിശീലകനായും തെരഞ്ഞെടുക്കപ്പെട്ടിട്ടുണ്ട്. അർപ്പണബോധത്തോടും
കൃതനിഷ്ഠയോടുകൂടിയതുമായ പരിശീലനം ഇദ്ദേഹത്തെ ഈ മേഖ
ലയിലെ മികച്ച പരിശീലകനാക്കി ഉയർത്തി. ഭാര്യ : പ്രീന മക്കൾ:
അബിൻലാൽ, ബബിൻലാൽ.

അന്തർദ്ദേശീയ – ദേശീയ റഫറിമാർ കേരളത്തിൽ

വോളിബോൾ റഫറി (Officials) - ഘടന

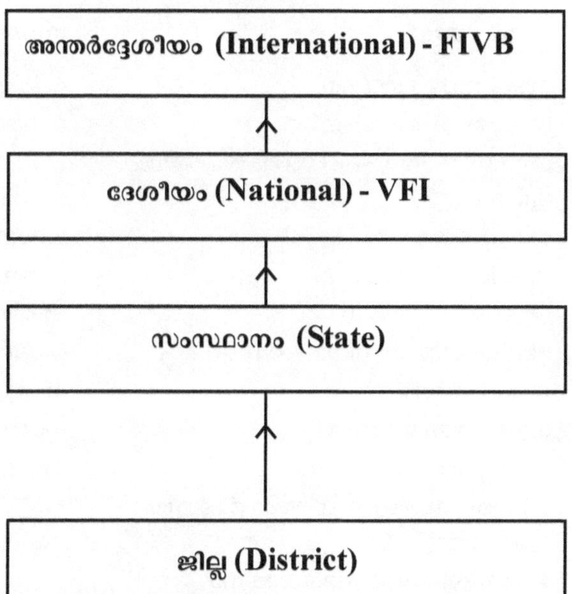

അന്തർദ്ദേശീയ റഫറിമാർ

ഡോ. ജഗന്നാഥൻ പി കെ

കണ്ണൂർ ജില്ലയിൽ കണ്ണോത്തുചാ ലിൽ പി വി എസ് ഫോർച്ചൂണിൽ രാമുണ്ണി മാസ്റ്റർ- കൗസല്യ ദമ്പതിക ളുടെ മകനായി 1955 സെപ്തംബർ അഞ്ചിന് ജഗന്നാഥൻ ജനിച്ചു. 1982 ൽ തിരുവനന്തപുരത്ത് നടന്ന അന്തർ സർവകലാശാല ചാമ്പ്യൻഷിപ്പിൽ അണ്ണാമലൈ സർവകലാശാലയെ പ്രതി നിധീകരിച്ചു. 1980 ൽ സംസ്ഥാന തലവും 1986 ൽ ദേശീയതലവും, 1991 ൽ അന്തർ ദ്ദേശീയ തലത്തിലുള്ള വോളിബോൾ റഫറി ടെസ്റ്റുകൾ പാസായി. കേരളത്തിലെ ആദ്യത്തെ അന്തർദ്ദേശീയ വോളിബോൾ റഫറി എന്ന ബഹുമതിയും ഇദ്ദേഹത്തിനുള്ളതാണ്. 2011 ൽ ചേളന്നൂർ ശ്രീനാരായണ കോളേജ് പ്രിൻസിപ്പൽ സ്ഥാനത്തു നിന്നും വിരമിച്ചു.

നിയന്ത്രിച്ച ദേശീയ – അന്തർദ്ദേശീയ മത്സരങ്ങൾ

വർഷം	മത്സരങ്ങൾ	സ്ഥലം
1987	നാഷണൽ ഗെയിംസ്	കേരളം
1994	നാഷണൽ ഗെയിംസ്	മഹാരാഷ്ട്ര
1994	ശിവന്തി സ്വർണ്ണകപ്പ് അന്തർദ്ദേശീയ ടൂർണമെന്റ്	ഡൽഹി
1995	സാഫ് ഗെയിംസ്	മദ്രാസ്
1997	നാഷണൽ ഗെയിംസ്	കർണ്ണാടക
1998	ഏഷ്യൻ ഗെയിംസ്	തായ്‌ലന്റ്
1998	ലോകഗ്രാന്റ് വനിതാ ചാമ്പ്യൻഷിപ്പ്	ചെന്നൈ
1999	സാഫ് ഗെയിംസ്	നേപ്പാൾ
2001	നാഷണൽ ഗെയിംസ്	പഞ്ചാബ്
2002	നാഷണൽ ഗെയിംസ്	ആന്ധ്രാപ്രദേശ്
2002	ശിവന്തി സ്വർണ്ണകപ്പ് അന്തർദ്ദേശീയ ടൂർണമെന്റ്	ഹൈദ്രാബാദ്
2002	ലോക നിലവാര പരിശോധനാ ടൂർണമെന്റ്	ദോഹ

2005	ലോക നിലവാര പരിശോധന ടൂർണമെന്റ്	കസ്ലാഖിസ്ഥാൻ
2007	ലോക സൈന്യ ഗെയിംസ്	ഹൈദ്രാബാദ്
2009	ലോക ജൂനിയർ ചാമ്പ്യൻഷിപ്പ്	പൂനെ
2011	നാഷണൽ ഗെയിംസ്	ജാർഖണ്ഡ്
2014	3-ാമത് ലൂസിഫോണിയ ഗെയിംസ് (റഫറീയിങ് മാനേജർ)	ഗോവ

ഡോ. മാത്യു പി ജോൺ

പത്തനംതിട്ട ജില്ലയിൽ കോഴഞ്ചേരി പുത്തൻപറമ്പിൽ വീട്ടിൽ പി ജി ജോണി ന്റെയും കെ ജെ മേരിയുടേയും മകനായി 09.01.1965 ൽ മാത്യു പി ജോൺ ജനിച്ചു. ഇപ്പോൾ കോഴഞ്ചേരി സെന്റ് തോമസ് കോളേജിലെ കായിക വിദ്യാഭ്യാസ വകു പ്പിന്റെ തലവനായി ജോലി നോക്കുന്നു. 1984 ൽ സംസ്ഥാനവും, 1990 ൽ ദേശീ യവും, 2004 ൽ അന്തർദ്ദേശീയ റഫറി യായും തെരഞ്ഞെടുക്കപ്പെട്ടു.

നിയന്ത്രിച്ച ദേശീയ – അന്തർദ്ദേശീയ മത്സരങ്ങൾ

വർഷം	മത്സരങ്ങൾ	സ്ഥലം
2002	XXXii നാഷണൽ ഗെയിംസ്	ഹൈദ്രാബാദ്
2004	ഏഷ്യൻജൂനിയർ വനിതാ ചാമ്പ്യൻഷിപ്പ്	ശ്രീലങ്ക
2005	ഏഷ്യൻ സീനിയർ വോളിബോൾ (പുരുഷ) ചാമ്പ്യൻഷിപ്പ്	തായ്ലന്റ്
2007	XXXiii നാഷണൽ ഗെയിംസ്	ഗുവാഹട്ടി
2010	ഏഷ്യൻ സീനിയർ വോളിബോൾ (പുരുഷ) ചാമ്പ്യൻഷിപ്പ്	ഇറാൻ
2011	XXXiv നാഷണൽ ഗെയിംസ്	റാഞ്ചി
2013	ലോക നിലവാര പരിശോധനാ (പുരുഷ) ടൂർണമെന്റ്	ശ്രീലങ്ക
2015	XXXV നാഷണൽ ഗെയിംസ്	കേരളം

ടി വി അരുണാചലം

കണ്ണൂർ എച്ചൂർ അരുൺ നിവാസിൽ പി കെ ബാലകൃഷ്ണക്കുറുപ്പിന്റെയും (മല ബാർ ചാമ്പ്യൻ കൂടാളിക്കുറുപ്പ്) ടി പി ഗൗരിയുടേയുടേയും മകനായി 1966 മെയ് 31 ന് അരുണാചലം ജനിച്ചു. കേരള ത്തിലെ മൂന്നാമത്തെ ഇന്റർനാഷണൽ റഫറിയാണ് ഇദ്ദേഹം. കണ്ണൂർ എസ് എൻ ട്രസ്റ്റ് ഹയർ സെക്കന്ററി സ്കൂളിൽ കായികാദ്ധ്യാപകനായി ജോലി നോക്കി വരുന്നു. 1984 ൽ സംസ്ഥാനവും, 1995 ൽ ജമ്മു-കാശ്മീരിൽ ദേശീയവും, 2005 ൽ അന്തർദ്ദേശീയ റഫറിടെസ്റ്റും പാസായി. 1995 മുതൽ ഒട്ടനവധി, സീനി യർ, ജൂനിയർ, യൂത്ത് ദേശീയ ചാമ്പ്യൻഷിപ്പുകൾ, ഫെഡറേഷൻകപ്പ്, ടൂർണമെന്റുകൾ എന്നിവയും നിയന്ത്രിച്ചിട്ടുണ്ട്.

ഭാര്യ: രമണി, മക്കൾ : ആര്യ, അലോക്

നിയന്ത്രിച്ച അന്തർദ്ദേശീയ മത്സരങ്ങൾ

1.	ലോക യൂത്ത് ചാമ്പ്യൻഷിപ്പ്	ഹൈദ്രാബാദ്
2.	ഏഷ്യൻ ചാമ്പ്യൻഷിപ്പ്	തായ്‌ലന്റ്
3.	ഇന്ത്യ-ശ്രീലങ്ക ടെസ്റ്റ് മത്സരം	ശ്രീലങ്ക
4.	ജി സി ഡി ഇന്റർനാഷണൽ വോളിബോൾ മത്സരം	ബഹറിൻ
5.	ഇന്ത്യ-ചൈന ടെസ്റ്റ് മത്സരം	ചൈന
6.	പ്രീ – ഒളിമ്പിക്സ്	ചൈന
7.	അൽ-അറബ് വോളി ടൂർണമെന്റ്	ഖത്തർ
8.	അൽ-ഷിഫ് വോളി ടൂർണമെന്റ്	അബുദാബി

മനോജ്കുമാർ വി ആർ

പത്തനംതിട്ട ജില്ലയിൽ ഇലന്തൂർ വടക്കേ മേൽപ്പുറത്തു വീട്ടിൽ വി ജി രാമചന്ദ്രൻ നായർ-കെ എസ് ആനന്ദവല്ലിയമ്മ ദമ്പതികളുടെ മകനായി 27.04.1972 ൽ മനോജ് ജനിച്ചു. ഇലന്തൂർ ഗവൺമെന്റ് വി എച്ച് എസ് എ സിൽ ഹൈസ്കൂൾ വിദ്യാഭ്യാസം, പത്തനംതിട്ട കത്തോലിക്ക കോളേ

ജിൽ പ്രീഡിഗ്രി, ഇരിങ്ങാലക്കുട ക്രൈസ്റ്റ് കോളേജിൽനിന്നും ബി പി ഇ ഡിഗ്രിയും കരസ്ഥമാക്കി. തുടർന്ന് പോണ്ടിച്ചേരി സെൻട്രൽ യൂണിവേഴ്സിറ്റിയിൽനിന്നും ഫിസിക്കൽ എഡ്യുക്കേഷനിൽ ബിരുദാനന്തര ബിരുദവും നേടി. 1999 ൽ സംസ്ഥാനതലവും 2002 ൽ ദേശീയതലവും 2012 ൽ അന്തർദേശീയതല റഫറിടെസ്റ്റുകളും പാസായി. ഇപ്പോൾ ഖത്തറിലെ ഒരു സർവ്വീസ് കമ്പനിയിൽ റിക്രിയേഷൻ സൂപ്പർവൈസറായി ജോലി നോക്കുന്നു.

ഭാര്യ: ലേഖകൃഷ്ണൻ, മക്കൾ: ഗോകുൽ മനോജ്, മാളവികനായർ.

നിയന്ത്രിച്ച ദേശീയ അന്തർദ്ദേശീയ മത്സരങ്ങൾ

1995	സൗത്ത്-വെസ്റ്റ് ഇന്റർ യൂണിവേഴ്സിറ്റി വോളിബോൾ ചാമ്പ്യൻഷിപ്പ്	കേരളം
1999	ഫെഡറേഷൻ കപ്പ് വോളിബോൾ ടൂർണമെന്റ്	കേരളം
1999	43rd സീനിയർ ദേശീയവോളിബോൾ ചാമ്പ്യൻഷിപ്പ്	മദ്രാസ്
2004	ദേശീയ ഇന്റർ യൂണിവേഴ്സിറ്റി (വനിത) ചാമ്പ്യൻഷിപ്പ്	കോതമംഗലം
2005	13rd മിനി ദേശീയ വോളിബോൾ ചാമ്പ്യൻഷിപ്പ്	ഈറോഡ്
2006	ദേശീയ ഇന്റർ യൂണിവേഴ്സിറ്റി (വനിത) ചാമ്പ്യൻഷിപ്പ്	കോട്ടയം
2008	ദേശീയ ഇന്റർ യൂണിവേഴ്സിറ്റി (വനിത) ചാമ്പ്യൻഷിപ്പ്	കണ്ണൂർ
2009	11 - മത് ദേശീയ യൂത്ത് വോളിബോൾ ചാമ്പ്യൻഷിപ്പ്	കേരളം
2014	ഏഷ്യൻ വനിതാ ക്ലബ് ചാമ്പ്യൻഷിപ്പ്	തായ്ലന്റ്

ഷിമി കാതറിൻ ലൂയിസ്

എറണാകുളം ജില്ലയിൽ വരാപ്പുഴ ലാന്റിങ് കുരിശിങ്കൽ വീട്ടിൽ സേവിയർ ലൂയിസ്, ജാൻസി ലൂയിസ് ദമ്പതിമാരുടെ മകളായി 1980 ഏപ്രിൽ 19 ന് ജനിച്ചു. കേരളത്തിലെ ആദ്യ വനിതാ അന്തർദേശീയ

വോളിബോൾ റഫറി കൂടിയാണ് ഷിമി കാതറിൻ. തിരുവനന്തപുരം എൽ എൻ സി പി ഇയിൽനിന്നും ബി പി ഇ ബിരുദവും മദ്ധ്യപ്രദേശ് ഗോളിയോർ എൽ എൻ ഐ പി യിൽ നിന്നും ബിരുദാനന്തര ബിരുദവും കരസ്ഥമാക്കി. 2000 ൽ കോഴിക്കോട് സംസ്ഥാന റഫറി ടെസ്റ്റിലും, 2003 ൽ ദേശീയ റഫറി ടെസ്റ്റും 2010 ൽ ചൈനീസ് തായ്പെയിൽ അന്തർദ്ദേശീയ റഫറിടെസ്റ്റും പാസായി. ഇപ്പോൾ ഷിമി, ഹൈസ്കൂൾ പഠനം പൂർത്തിയാക്കിയ വരാപ്പുഴ സെന്റ് ജോസഫ് ഗേൾസ് ഹൈ സ്കൂളിൽ കായിക അദ്ധ്യാപികയായി സേവനമനുഷ്ഠിച്ചു വരുന്നു.

ഭർത്താവ് : ഷിബിൻ. മക്കൾ: സാന്റമരിയ, സുസ്സാൻമരിയ

നിയന്ത്രിച്ച ദേശീയ – അന്തർദ്ദേശീയ മത്സരങ്ങൾ

വർഷം	മത്സരങ്ങൾ	സ്ഥലം
2004	ദേശീയ ജൂനിയർ വോളി ചാമ്പ്യൻഷിപ്പ്	കേരളം
2006	ദേശീയ സീനിയർ വോളി ചാമ്പ്യൻഷിപ്പ്	ഛത്തീസ്ഗഢ്
2007	ദേശീയ സീനിയർ വോളിചാമ്പ്യൻഷിപ്പ്	രാജസ്ഥാൻ
2009	ദേശീയ സീനിയർ വോളി ചാമ്പ്യൻഷിപ്പ്	മദ്ധ്യപ്രദേശ്
2009	ലോകപുരുഷ നിലവാര പരിശോധനാ ടൂർണമെന്റ്	പൂനെ
2009	ലോക പുരുഷ ജൂനിയർ ചാമ്പ്യൻഷിപ്പ്	മഹാരാഷ്ട്ര
2010	ദേശീയ സീനിയർ വോളിചാമ്പ്യൻഷിപ്പ്	ചെന്നൈ
2012	ഏഷ്യൻ വനിതാ വോളിബോൾ ചാമ്പ്യൻഷിപ്പ്	തായ്ലന്റ്
2013	ദേശീയ സീനിയർ വോളിചാമ്പ്യൻഷിപ്പ്	ഉത്തർപ്രദേശ്
2014	ദേശീയ യൂത്ത് വോളി ചാമ്പ്യൻഷിപ്പ്	രാജസ്ഥാൻ
2015	ദേശീയ യൂത്ത് വോളി ചാമ്പ്യൻഷിപ്പ്	ഉത്തർപ്രദേശ്
2015	ഏഷ്യൻ വനിതാ വോളിബോൾ ചാമ്പ്യൻഷിപ്പ്	ഫിലിപ്പിൻസ്
2016	ദേശീയ സീനിയർ വോളി ചാമ്പ്യൻഷിപ്പ്	ചെന്നൈ

മികവു കാട്ടിയ ദേശീയ റഫറിമാർ

എം കെ പരീത്

കോഴിക്കോട് നടുവണ്ണൂർ മാക്കാരി വീട്ടിൽ ഇബ്രാഹിം ഹാജി-ആമീന ദമ്പതികളുടെ മകനായി 1954 ജനുവരി 16 ന് പരീത് ജനിച്ചു. 1977 ൽ കോഴിക്കോട് പരപ്പിൽ എം എം ഹയർ സെക്കന്ററി സ്കൂളിൽ കായികാദ്ധ്യാപകനായി ജോലിയിൽ പ്രവേശിച്ചു. തുടർന്ന് സ്കൂളിൽ വോളിബോൾ ടീം രൂപീകരിക്കുകയും ജില്ലാ മിനി, സബ് ജൂനിയർ വിഭാ ഗങ്ങളിലെ മത്സരങ്ങളിൽ ഒന്നാം സ്ഥാനക്കാരാവുകയയും ചെയ്തിട്ടുണ്ട്. 1978 ൽ സംസ്ഥാന റഫറി ടെസ്റ്റും, 1982 ൽ നാഷണൽ റഫറി ടെസ്റ്റും പാസായി. 1984 ൽ അന്തർദ്ദേശീയ പ്രവേശന പരീക്ഷ പാസാകുകയും ടെഹ്റാനിൽ നടന്ന ടെസ്റ്റിൽ പങ്കെടുക്കാൻ പ്രതികൂല സാഹചര്യം കാരണം അദ്ദേഹത്തെ അനുവദിച്ചില്ല. ഇത് അദ്ദേഹത്തെ വളരെയധികം വിഷമിപ്പിക്കുകയും ചെയ്തു. അക്കാലത്തെ ഇന്ത്യയിലെ മികച്ച പത്ത് റഫറിമാരിൽ ഒരാളായിരുന്നു എം കെ പരീത്. ഇതര സംസ്ഥാനങ്ങളിൽ നടന്ന ചാമ്പ്യൻഷിപ്പുകളിലെ ആദ്യമത്സരങ്ങൾ അദ്ദേഹത്തിന് നല്കു കയും മറ്റ് റഫറിമാരോട് ഇദ്ദേഹത്തിന്റെ സിഗ്നലുകൾ നിരീക്ഷിക്കണ മെന്ന് വി എഫ് ഐ - എസ് ആർ സി മാർ നിർദ്ദേശിച്ചിട്ടുള്ളത്. ഈ മേഖലയിലെ അദ്ദേഹത്തിനുള്ള അംഗീകാരമായി കാണേണ്ടതാണ്. 4 ഫെഡറേഷൻ കപ്പ് ടൂർണമെന്റുകളും, 4 ദേശീയ ജൂനിയർ ചാമ്പ്യൻഷി പ്പുകളും 5 സീനിയർ നാഷണൽ ചാമ്പ്യൻഷിപ്പുകളും, കൂടാതെ 100 ലധികം ആൾ ഇന്ത്യ, ആൾ കേരള ടൂർണമെന്റുകളിലും റഫറിയായി പ്രവർത്തിച്ചിട്ടുണ്ട്. 33 വർഷം കേരളത്തിൽ മുൻനിര റഫറിമാരിൽ ഒരാളാ യിരുന്നു എം കെ പരീത്. 2001 നു ശേഷം മൂന്ന് തവണ സംസ്ഥാന വോളിബോൾ അസോസിയേഷന്റെ റഫറീസ് ബോർഡ് അംഗമായും പ്രവർത്തിച്ചു. 2009 ൽ പരപ്പിൽ ഹയർസെക്കന്ററി സ്കൂളിൽനിന്നും വിര മിച്ചു.

കെ വി ദാമോദരൻ

കോഴിക്കോട് ബാലുശ്ശേരി പനങ്ങാട് ശ്രീപദത്തിൽ കെ വി കോര ന്റേയും കുട്ടിയാതയുടേയും മകനായി ജനിച്ചു. കാക്കഞ്ചേരി എൽ പി സ്കൂൾ അദ്ധ്യാപകനായി പ്രവേശിച്ച കെ വി, 2007 ൽ ഹെഡ്മാസ്റ്ററായി വിരമിച്ചു. 1981 ൽ സംസ്ഥാന റഫറി ടെസ്റ്റും, 1991 ൽ ദേശീയ റഫറി ടെസ്റ്റും പാസായി. നാല് ഫെഡറേഷൻകപ്പ് ടൂർണമെന്റുകളും മൂന്ന് സീനി യർ നാഷണൽ ചാമ്പ്യൻഷിപ്പുകളും നിയന്ത്രിച്ചിട്ടുണ്ട്. കൂടാതെ 50 ലധികം അഖിലേന്ത്യ, സംസ്ഥാന വോളിബോൾ ടൂർണമെന്റുകളും നിയ ന്ത്രിച്ചിട്ടുണ്ട്. സംസ്ഥാന വോളിബോൾ അസോസിയേഷൻ ഭാരവാഹിത്വം ഏറ്റെടുത്തതിന് ശേഷമാണ് ഈ രംഗത്തുനിന്നും പിന്മാറുന്നത്. 1993 മുതൽ 1997 വരെ കോഴിക്കോട് ജില്ല വോളിബോൾ അസോസിയേഷൻ

സെക്രട്ടറിയായും, 1997-2001 കാലഘട്ടങ്ങളിൽ സംസ്ഥാന ട്രഷററായും 2005-2009 കാലയളവിൽ സംസ്ഥാന റഫറീസ് ബോർഡ് കൺവീനറായും പ്രവർത്തിച്ചു.

അച്ചുതൻ നായർ (അച്ചുമാഷ്)

കോഴിക്കോട് നടുവണ്ണൂർ ലാൽസ് ഭവനിൽ കുഞ്ഞിക്കൃഷ്ണൻ നായ രുടെയും ലക്ഷമിയമ്മയുടേയും മകനായി 1942 ജൂലൈ ഒന്നാം തീയതി ജനിച്ചു. 1962 ൽ കോഴിക്കോട് ഫിസിക്കൽ എഡ്യുക്കേഷൻ കോളേജിൽ നിന്നും കായിക അദ്ധ്യാപക ഡിപ്ലോമ പാസായി. 1965 ൽ നടുവണ്ണൂർ ഗവൺമെന്റ് ഹൈസ്കൂളിൽ കായികാദ്ധ്യാപകനായി. 1972 ൽ പാട്യാല ദേശീയ സ്പോർട്സ് ഇൻസ്റ്റിറ്റ്യൂട്ടിൽനിന്നും വോളിബോൾ കോച്ചിങ് ബിരുദവും തുടർന്ന് 1972 മുതൽ 1997 വരെ സംസ്ഥാന സ്കൂൾ ടീമിന്റെ മുഖ്യ പരിശീലകനുമായി. 1978 ൽ സംസ്ഥാന തലവും 1980 ൽ ദേശീയ തല റഫറിടെസ്റ്റിലും പാസായി ദേശീയ പാനലിലേക്ക് തെരഞ്ഞെടുക്ക പ്പെട്ടു. തുടർന്ന് ഒരു കാലഘട്ടം മുഴുവൻ കേരളത്തിനകത്തും പുറത്തു മുള്ള സംസ്ഥാന, ദേശീയ ചാമ്പ്യൻഷിപ്പുകളും അഖിലേന്ത്യ ടൂർണ മെന്റുകളും നിയന്ത്രിച്ചിട്ടുണ്ട്. ഒരു കളിക്കാരനായും മികച്ച പരിശീലക നായും പക്വതയുള്ള ഒരു റഫറിയായും പ്രവർത്തിച്ചിട്ടുള്ള വ്യക്തികളിൽ പ്രമുഖനാണ് അച്ചുതൻനായർ.

ഭാര്യ: അമ്മുക്കുട്ടി, മക്കൾ : ബീനാലാൽ, ബാബുലാൽ, ബിമൽലാൽ.

പി ശശിധര മേനോൻ

തൃശൂർ ജില്ലയിൽ ചാലക്കുടി കുടപ്പുഴ പനമ്പിള്ളി വീട്ടിൽ കൃഷ്ണ മേനോന്റേയും ജാനകിയമ്മയുടേയും മകനായി 1951 ജനുവരി 7 ന് ശശി ധരമേനോൻ ജനിച്ചു. 1976 ൽ ചാലക്കുടി അന്നനാട് യൂണിയൻ ഹൈസ്കൂ ളിൽ കായിക അദ്ധ്യാപകനായി സേവനമാരംഭിച്ചു. 1984 ൽ സംസ്ഥാന റഫറി ടെസ്റ്റും, 1986 ൽ ദേശീയ റഫറിടെസ്റ്റും പാസായി. 1986 ൽ ബാംഗ്ലൂർ, 1991 ൽ കോഴിക്കോട് ദേശീയ സീനിയർ ചാമ്പ്യൻഷിപ്പുകളും 5 ലധികം ഫെഡറേഷൻ കപ്പ് ടൂർണമെന്റുകളും നിയന്ത്രിച്ചിട്ടുണ്ട്. ഈ കാലയള വിൽ നിരവധി ആൾ ഇന്ത്യ, ആൾ കേരള ടൂർണമെന്റുകളും മറ്റനേകം സംസ്ഥാന ചാമ്പ്യൻഷിപ്പുകളും നിയന്ത്രിച്ചിട്ടുണ്ട്. 2009 മുതൽ 2013 വരെ തൃശൂർ ജില്ലാ വോളിബോൾ അസോസിയേഷൻ സെക്രട്ടറിയായും പ്രവർത്തിച്ചിട്ടുണ്ട്.

കേരളത്തിലെ പ്രധാന ടീമുകൾ ഓർമ്മക്കുറിപ്പ്

I. കേരളത്തിലെ പുരുഷ വോളിബോൾ ടീമുകൾ

കെ എസ് ആർ ടി സി

1965 ൽ കേരള സ്റ്റേറ്റ് റോഡ് ട്രാൻസ്പോർട്ട് കോർപ്പറേഷൻ വോളി ബോൾ ടീം രൂപീകരിച്ചു. വിശ്വംഭരൻ, വാഹിദ്, ദേവദത്തൻ, നോബിൾ രാജ്, വിശ്വനാഥൻ, വി ജെ ജോസഫ് എന്നിവർ ആദ്യകാല കളിക്കാ രാണ്. 1971 ലാണ് ആദ്യമായി സ്പോർട്സ് ക്വാട്ട നിയമനം നടന്നത്. എം എ കബീർ ടീമിലെത്തി തുടർന്ന് എം വി രവീന്ദ്രൻ, ബാലകൃഷ്ണൻ, എൻ രവീന്ദ്രൻ, എ രവീന്ദ്രൻനായർ, വിപിനചന്ദ്രൻനായർ, പി എം സലീം എന്നിവരും ടീമിലെത്തി. 1976 ആയപ്പോൾ കെ വി ഭാസിയും 1978 ൽ ഡോൺബോസ്കോ, ബാലചന്ദ്രൻനായർ, മുസ്തഫ സി എം, വി എ ജോസഫ്, സെബാസ്റ്റ്യൻ തോമസ്, തുടങ്ങിയവരും എത്തിയപ്പോൾ കെ എസ് ആർ ടി സി യും ഇന്ത്യയിലെ മുൻനിര ടീമുകൾക്കൊപ്പം എത്തി. തുടർന്ന് 1983 ൽ ജയകുമാർ. പി കെ ജോസഫ്, എ എം തോമസ്, കെ പി ജയകുമാരൻനായർ, വി കെ സുധാകരൻ, ഇ ജി, മനോഹരൻ, എസ് സണ്ണി അഗസ്റ്റിൻ എന്നിവരേയും സ്പോർട്സ് കോട്ടയിൽ നിയമിച്ചു. 1990 ൽ എസ് സതീഷ്കുമാർ, വിനോദ് എസ്, ജോർജ് കെ വി, ജോജോ പി എ, സുനിൽകുമാർ ജെ, ഉഷാർ എം എന്നിവരുടെ നിയമനങ്ങളോടുകൂടി ഈ ടീം വീണ്ടും ശക്തിപ്പെടുത്തി. 1999 ൽ മനോജ് ആർ സി, സുജീഷ് പി, അനിൽകുമാർ എം, മനീഷ് പി ജോണി, ജയകൃഷ്ണൻ ആർ എന്നിവ രുടെ നിയമനങ്ങൾക്കുശേഷം കെ എസ് ആർ ടി സി വോളിബോൾ ടീമി ലേക്ക് സ്പോർട്സ് ക്വാട്ട നിയമനം നടത്താതെ ടീമിന്റെ നിലവാരം നഷ്ടപ്പെടുകയാണ് ഉണ്ടായത്.

കൊച്ചിൻ ഇലക്ട്രിക്കൽസ്

കൊച്ചിൻ ഇലക്ട്രിക്കൽസ് വോളിബോൾ ടീം 1970 ൽ രൂപീകരി ക്കുകയും ആദ്യമായി വിൻസെന്റ്, എബിജിൻ, അലക്സ്, രാജപ്പൻ, സേവ്യർ, വർഗ്ഗീസ് എന്നിവരെ നിയമിക്കുകയും ചെയ്തു. കൂടാതെ ജോയി, തോമസ്, മിഗ്ദാദ്, സോജൻ എന്നിവരെ അതിഥി താരങ്ങളായി ഉൾപ്പെടുത്തിയാണ് അക്കാലത്ത് ടൂർണമെന്റുകളും ചാമ്പ്യൻഷിപ്പുകളും കളിച്ചിരുന്നത്. ഈ കാലഘട്ടത്തിലെ മികച്ച ടീമുകളിൽ ഒന്നായിരുന്ന കൊച്ചിൻ ഇലക്ട്രിക്കൽസ്. ഒട്ടനവധി സംസ്ഥാന ചാമ്പ്യൻഷിപ്പുകൾ, ടൂർണമെന്റുകൾ എന്നിവയിൽ പങ്കെടുക്കുകയും വിജയിക്കുകയും ചെയ്തിട്ടുണ്ട്. 1977 ൽ കൊച്ചിൻ ഇലക്ട്രിക്കൽസ് കെ എസ് ഇ ബി യിൽ ലയിച്ചതോടെ ഈ വോളിബോൾ ടീം കേരളത്തിനു നഷ്ടമായി.

എച്ച് എം ടി (HMT)

എച്ച് എം ടി വോളിബോൾ ടീം 1978 ൽ രൂപീകരിച്ചു. ജേക്കബ്, അബ്ദുൽ മജീദ്, പ്രസാദ്, സേവ്യയർ നെൽസൺ, സി വി ടൈറ്റസ് എന്നി വരാണ് ടീമിലുണ്ടായിരുന്നത്. അതിഥിതാരങ്ങളായി സത്യൻ, സുമുഖൻ, ജോഷി, ഉഷാർകുമാർ, ഡോ. ജോർജ് മാത്യു എന്നിവരേയും ഉൾപ്പെടു ത്തിയിരുന്നു. 1987 വരെ കേരളത്തിലെ ഇതര വോളിബോൾ ടീമു കൾക്കൊപ്പം തുല്യശക്തിയായി ഒരു കാലഘട്ടം മുഴുവൻ കേരളത്തിലും തമിഴ്നാട് അതിർത്തികളിലും സംസ്ഥാന, ദേശീയ ടൂർണമെന്റുകളിൽ എച്ച് എം ടി ടീം സാന്നിദ്ധ്യമായിരുന്നു. ജനറൽ മാനേജർ കെ ആർ നായർ, ചീഫ് പേഴ്സണൽ മാനേജർ മാധവൻ, പേഴ്സണൽ മാനേജർ ടി തോമസ്, പരിശീലകൻ കൃഷ്ണൻനായർ എന്നിവരാണ് ടീമിന്റെ നില നില്പിന് പിന്നിൽ പ്രവർത്തിച്ച വ്യക്തികൾ.

കൊച്ചിൻ ഷിപ്പ്‌യാർഡ്

കൊച്ചിൻ ഷിപ്പ്‌യാർഡ് വോളി ടീം 1980 ലാണ് രൂപീകരിക്കപ്പെട്ടത്. വി സി ജോൺ, പി ഒ ജോൺ, സണ്ണി അഗസ്റ്റിൻ, ഷാജി, സണ്ണിജോസഫ്, സുധീർ, രവീന്ദ്രൻ, നാരായണൻകുട്ടി എന്നിവരെയാണ് ആദ്യമായി സ്പോർട്സ് ക്വാട്ടയിൽ നിയമനം നടത്തുന്നത്. 1994 വരെ മികച്ച നില വാരം തുടർന്നു പോന്ന ടീമുകളിലൊന്നായിരുന്നു കൊച്ചിൻ ഷിപ്പ്‌യാർഡ്. തുടർന്ന് സ്പോർട്സ് ക്വാട്ടയിൽ നിയമനം നടത്താതെ ടീം നിലവാര ത്തകർച്ചയിലേക്ക് കൂപ്പു കുത്തി. ഇപ്പോൾ ഷിപ്പ്‌യാർഡിൽ ട്രെയിനിക ളായി എത്തിച്ചേരുന്നവരിൽനിന്നും വോളിബോൾ അറിയുന്ന കളിക്കാരെ തെരഞ്ഞെടുത്ത് പരിശീലനം നല്കി ടീമിനെ നിലനിർത്തുന്നു.

ലൈഫ് ഇൻഷുറൻസ് കോർപ്പറേഷൻ ഓഫ് ഇന്ത്യ (എൽ ഐ സി)

എൽ ഐ സി വോളിബോൾ ടീം നിലവിൽ വന്നത് 1985 ലാണ്. 1986 ലെ ആദ്യ നിയമനത്തിൽ ശ്രീനിവാസൻനായർ, ജോർജ് വർഗ്ഗീസ് എന്നിവരേയും 1989 ൽ മിൽട്ടൺ, അയ്യപ്പൻ എന്നിവരേയും നിയമിച്ചു. 1993 ൽ സുനിൽ ബി നായർ, ബിജു എം എൽ, അഗസ്റ്റിൻ എന്നിവർ വോളിബോൾ ടീമിലേക്ക് നിയമിക്കപ്പെട്ടു. 1996 ൽ ശിവൻ എന്ന വ്യക്തിയെ നിയമിച്ചെങ്കിലും അദ്ദേഹം സ്വയം വിരമിച്ചു. 2012 ആയപ്പോഴേക്കും സോണൽ തലങ്ങളിൽ നടത്തി വന്നിരുന്ന നിയമനങ്ങൾ ആൾ ഇന്ത്യ തലത്തിലേക്ക് മാറ്റുകയായിരുന്നു. 2012 ലെ നിയമനങ്ങളിൽ ഇർഫാൻഷാ ജി, ബാല, ദിനേശ് വിക്രം എന്നിവരെ കേരളത്തിൽ നിയമിക്കുകയും ചെയ്തു. ഇതിന്റെ ഫലമായി പൊതുമേഖലാ സ്ഥാപനങ്ങളുടെ ദേശീയ തലത്തിലുള്ള വോളിബോൾ ടീമുകളിൽ എൽ ഐ സി ഒന്നാം സ്ഥാന ക്കാരാവുകയും പൊതുമേഖല ദേശീയ ചാമ്പ്യൻഷിപ്പുകളിൽ കഴിഞ്ഞ മൂന്ന് വർഷങ്ങളായി ജേതാക്കളാവുകയും ചെയ്തു. അവിനാഷ്ഷെട്ടി, എം എൻ വിക്രം, ശ്രീശേഖർ, നകുൽ, പവൻ എന്നീ അഞ്ച് അന്തർദ്ദേ ശീയ വോളിബോൾ താരങ്ങളെ സംഭാവന ചെയ്ത ടീമാണ് എൽ ഐ സി 2012 ന് ശേഷം വോളിബോൾ ടീമിൽ സ്പോർട്സ് ക്വാട്ട നിയമന ങ്ങൾ നടന്നിട്ടില്ല.

പ്രീമിയർ ടയേഴ്സ്

1972 ലാണ് പ്രീമിയർ ടയേഴ്സ് വോളിബോൾ ടീം രൂപീകരിച്ചത്. അക്കാലത്ത് രാഘവൻ, ദേവസ്സിക്കുട്ടി എന്നിവർ ടീമിലേക്ക് നിയമിക്ക പ്പെട്ടു. 1973 ൽ സർവ്വീസസ് താരമായ രാജപ്പനും, നേവി താരമായ അലക്സും ടീമിൽ എത്തി. 1974 ൽ ജിമ്മിജോർജ്, ജോസ് ജോർജ്, സോജൻ എന്നിവരും നിയമിക്കപ്പെട്ടു. ഈ കാലഘട്ടത്തിൽ തന്നെ ഈശ്വ രൻ, ടോമി, ജോയി തോമസ് തുടങ്ങിയവരും ടീമിൽ ചേർന്നപ്പോൾ കേര ളത്തിലെ ഏറ്റവും മികച്ച ടീമുകളിലൊന്നായി പ്രീമിയർ ടയേഴ്സ് മാറി. വോളിബോൾ ടീമിന്റെ പ്രവർത്തനങ്ങളെ കമ്പനിയിൽ പ്രോത്സാഹിപ്പി ച്ചിരുന്നത് പേഴ്സണൽ മാനേജർ ആയിരുന്ന കെ ആർ പി നായർ ആയി രുന്നു. തുടർന്ന് 1980 ൽ സണ്ണി ജോസഫ്, പി ജെ പോൾ, ഐവിൻ ജോസഫ്, കെ ഷാജി, അബ്ദുൽമജീദ്, ജേക്കബ് മാത്യു എന്നിവരുടെ വരവോടെ ടീം വീണ്ടും മെച്ചപ്പെടുകയായിരുന്നു. കൂടാതെ ആ കാലഘ ട്ടത്തിൽ കേരളത്തിൽ നടക്കുന്ന 12 പ്രധാന ആൾ ഇന്ത്യ വോളിബോൾ ടൂർണമെന്റുകളിൽ 11 ടൂർണമെന്റുകളും വിജയിച്ചിരുന്നത് പ്രീമിയർ ടയേഴ്സ് ആണ്. 1982 ൽ ടൈറ്റാനിയം വോളിബോൾ ടീം രൂപീകരിച്ച പ്പോൾ പ്രീമിയർ ടയേഴ്സിലെ പ്രധാന കളിക്കാർ ടൈറ്റാനിയത്തിലേക്ക് മാറിയതോടെ ഈ ടീമിന്റെ പ്രകടനത്തിന് കോട്ടം തട്ടുകയായിരുന്നു.

എന്നാൽ 1990 ൽ സണ്ണിജോസഫ് പരിശീലകനായതോടെയാണ് പ്രീമി യർ ടയേഴ്സിന്റെ നിലവാരത്തിൽ മാറ്റം വരുകയും പുനർജ്ജനിക്കുക യുമായിരുന്നു. എന്നാൽ 1993 ആയപ്പോൾ പ്രീമിയർ ടയേഴ്സ് മാനേ ജ്മെന്റ് അപ്പോളോ ടയേഴ്സിലേക്ക് മാറുകയും സ്പോർട്സ് പ്രവർത്ത നങ്ങൾ നിർത്തലാക്കുകയും ചെയ്തു.

ഇന്ത്യൻ നേവി – കൊച്ചി

1950 ൽ ഡൽഹിയിൽ ഇന്ത്യൻ നേവി വോളിബോൾ ടീം ആരംഭി ച്ചെങ്കിലും 1984 ലാണ് കേരളത്തിൽ (കൊച്ചി) നേവി ടീം രൂപീകരിച്ചത്. ചന്ദ്രസിങ്, ടി സി കട്ടോച്ച്, ഗോപാലകൃഷ്ണൻ, കലാധരൻ, വസൻ, അച്യുതക്കുറുപ്പ്, അലക്സ് എന്നിവർ നേവിയുടെ ആദ്യകാല കളിക്കാ രായിരുന്നു. 1989 മുതലാണ് കൂടുതൽ മലയാളികൾക്ക് പ്രാതിനിധ്യം നല്കി ടീം ശക്തമാക്കിയത്. അതേ വർഷം ഷാജി സി കെ, എം എ ഡെന്നീസ്, രതീഷ്, ബിജോയ്ബാബു, ഷാജി സെബാസ്റ്റ്യൻ, സാജൻ ജേക്കബ്, ജയദേവൻ, ബഷീർ എന്നീ മലയാളികൾ നിയമിതരായി. 1995 ൽ ഷിജുജോസഫും, 1997 ൽ ഷിജാസ് മുഹമ്മദ്, രാജിൽമാത്യു, മനു ബാബു എന്നിവരും എത്തിച്ചേർന്നപ്പോൾ നേവി കൂടുതൽ ശക്തരായി. 1997 ൽ 48 വർഷങ്ങൾക്കുശേഷം ഇന്റർ സർവ്വീസസ് വോളിബോൾ ചാമ്പ്യൻഷിപ്പിൽ നേവി ടീം ചരിത്ര വിജയം നേടി. ഈ ടീമിലെ 12 കളി ക്കാരും മലയാളികളായിരുന്നു. 1998 ൽ സീനിയർ നാഷണൽ വോളി ചാമ്പ്യൻഷിപ്പ് വിജയികളായ സർവ്വീസസ് ടീമിൽ 6 നേവിയുടെ കളി ക്കാരുണ്ടായിരുന്നത് ഏറെ പ്രശംസയ്ക്കിടയാക്കി. 2007 ൽ ഹൈദ്രാബാ ദിൽ നടന്ന ലോക മിലിട്ടറി ഗെയിംസിൽ ഇന്ത്യൻ ടീമിൽ 5 നേവിയുടെ കളിക്കാരുണ്ടായിരുന്നു. കൂടാതെ ഇന്ത്യക്ക് ഷിജാസ് മുഹമ്മദ് എന്ന ലോകോത്തര കളിക്കാരനെ സംഭാവന ചെയ്തതും ഇന്ത്യൻ നേവിയാ ണ്. 1997 മുതൽ 2016 വരെ ഫൈസൽ, ഷിന്റോ ഏലിയാസ്, നൈസാം, ശിവരാജൻ, നിബിൻ സലാം, ബോബിസേവ്യർ, ജോസഫ്, എന്നി വയ്ക്കും വോളി ടീമിലേക്ക് നിയമനം നല്കിയിട്ടുണ്ട്. എല്ലാ വർഷവും 2 പേർക്കെങ്കിലും വോളി ടീമിൽ നിയമനം നല്കുന്ന ഒരു കേന്ദ്രസർക്കാർ വകുപ്പാണ് ഇന്ത്യൻനേവി.

ടൈറ്റാനിയം

ടൈറ്റാനിയം വോളിബോൾ ടീം കേരളത്തിൽ രൂപപ്പെടുന്നത് 1982 ലാണ്. സെബാസ്റ്റ്യൻ ജോസ്, സിറിൽ സി വള്ളൂർ, ഉദയകുമാർ, മുഹ മ്മദാലി എന്നിവർ ആദ്യകാല കളിക്കാരായി. 1984 ൽ ദാനിക്കുട്ടി ഡേവി ഡ്, സാബുമാത്യു, നിബുകോശി, സെബാസ്റ്റ്യൻ ജോർജ്, ചാക്കോ എന്നി വരും 1987 ൽ ശശിധരൻനായർ, ഇക്ബാൽ, സിറിയക് എന്നിവരും നിയ

മിക്കപ്പെട്ടതോടെ ഈ കാലഘട്ടത്തിലെ കേരളത്തിലെ മികച്ച വോളി ബോൾ ടീമുകളിലൊന്നായി ടൈറ്റാനിയം മാറി. പി ടി ചാക്കോ, അബ്ദുൽ റസാക്ക്, സിറിൽ സി വള്ളൂർ, ഉദയകുമാർ, ജോതിഷ്, മുകേഷ്‌ലാൽ, ജിതേഷ് തുടങ്ങിയവർ ഈ ടീമിൽ നിന്നും മറ്റ് ടീമികളിലേക്ക് പോയവ രിൽപ്പെടുന്നു. 1989 ൽ അബ്ബാസ്, സതീശ്, സജി എംജോർജ്, ബിനു ജോസ് എന്നിവരും 1990 ൽ ബിജു സി ഡി യും ഷിബുവും 1992 ൽ നൗഷാദ്, ടോമി, റെജിനും, 1993 ൽ ഷിബി സി മുള്ളനാനിയും ചേർന്ന പ്പോൾ, അതേവർഷം ആന്ധ്രാപ്രദേശിൽ വച്ചു നടന്ന ഫെഡറേഷൻ കപ്പ് വോളിബോൾ ചാമ്പ്യൻഷിപ്പിൽ ടൈറ്റാനിയം വിജയികളായി. തുടർന്ന് 1995 ൽ ബിനുതോമസ്, സുജിത്, സിബി എം എസും ടീമിൽ ചേർന്നു. 1996 ൽ അബ്ദുൽലത്തീഫ്, അനിൽ പി സി എന്നിവരും 2001 ൽ അൻസാ രിയും നിയമിതനായതിനുശേഷം ടൈറ്റാനിയത്തിൽ വോളിബോളുമായി ബന്ധപ്പെട്ട് സ്പോർട്സ് ക്വാട്ട നിയമനം ഇതുവരേയും നടത്തിയിട്ടില്ല.

എഫ് എ സി ടി (ഫാക്ട്)

എഫ് എ സി ടി വോളിബോൾ ടീം നിലവിൽ വന്നത് 1959 ലാണ്. ആദ്യമായി ടി ഡി ജോസഫ് (പപ്പൻ) ടീമിലേക്ക് വരികയും അതിഥി താരങ്ങളെ ഉൾപ്പെടുത്തി ആദ്യകാലത്ത് ടീം പ്രവർത്തിച്ചു പോരുകയും ചെയ്തു. 1960 ൽ ആന്റണി സി പി, എം എ കുര്യാക്കോസ്, എം എസ് ജോസഫ്, ഭുവനദാസ്, പി എ എബ്രഹാം എന്നിവർ കൂടി എത്തിച്ചേർന്ന പ്പോൾ എഫ് എ സി ടി കേരളത്തിലെ മികച്ച ടീമുകളിലൊന്നായി. 1964 ൽ ടി ഡി റാഫി, വി പി ജോയ്, സി കെ ഔസേപ്പ് എന്നിവരും വോളി ടീമിൽ നിയമിക്കപ്പെട്ടു. ഈ കാലഘട്ടത്തിൽ കേരളത്തിലെ മറ്റു ഇതര വോളിബോൾ ടീമുകൾക്ക് ഫാക്ട് ടീം ഒരു പേടിസ്വപ്നമായിരുന്നു. 1964 ന് ശേഷം ഈ ടീമിൽ സ്പോർട്സ് ക്വാട്ട നിയമനങ്ങൾ നടത്താതെ അതിഥി താരങ്ങളെ ഉൾപ്പെടുത്തി മാത്രം പ്രവർത്തിച്ച ഫാക്ട് വോളിബോൾ ടീം 1974 ആയപ്പോഴേക്കും കേരളത്തിന് നഷ്ടപ്പെടുകയായിരുന്നു.

പോസ്റ്റൽ ആന്റ് ടെലികമ്മ്യൂണിക്കേഷൻ (പി ആന്റ് ടി)

പി ആന്റ് ടി വോളിബോൾ ടീം രൂപീകരിക്കപ്പെട്ടത് 1972 ആയിരുന്നു. മിഗ്ദാദ്, രാധാകൃഷ്ണൻ, കെ എസ് ജോർജ്, ഫിലിപ്പ്, ടി പി പൊന്നൂസ്, ജോസഫ്‌ജോർജ്, ജോസഫ്, ജയപ്രകാശ്, കൃഷ്ണൻ നായർ എന്നിവ രായിരുന്നു ഈ ടീമിലെ ആദ്യകാല കളിക്കാർ. 1979 ൽ കാർത്തികേ യൻ, ജോയ് ജോസഫ്, നാസർ, ദേവ്, ശിവശങ്കരൻനായർ, എന്നിവരും ടീമിൽ ഇടം നേടി. തുടർന്ന് 1982 ൽ റഹീം, ജോർജ് എന്നിവരും നിയമി തരായി. 1972 മുതൽ 1983 വരെ റെയിൽവേ, സർവ്വീസസ് തുടങ്ങിയ ടീമുകൾക്കൊപ്പം സീനിയർ നാഷണൽ വോളിബോൾ ചാമ്പ്യൻഷിപ്പിൽ

നേരിട്ട് പ്രവേശനം ലഭിക്കുന്ന നിലവാരത്തിലുള്ള ഒരു ടീമായിരുന്നു ഇന്ത്യൻ പി ആന്റ് ടി. കാർത്തികേയൻ, പി എസ് ഗോപിനാഥൻനായർ, ജയപ്രകാശ് എന്നിവർ ഇന്ത്യൻ ടീമിൽ കേരളത്തിൽ നിന്നുള്ള അംഗങ്ങളായിരുന്നു. 1983 ൽ പോസ്റ്റൽ, ടെലികമ്മ്യൂണിക്കേഷൻ എന്നിവ രണ്ട് ഡിപ്പാർട്ടുമെന്റുകളായി മാറുകയായിരുന്നു. ഈ ടീം 1983 മുതൽ പോസ്റ്റൽ ഡിപ്പാർട്ടുമെന്റിന്റെ പേരിലായി. 1986 ൽ ബിനു ഗോപിനാഥിനെയും, 1990 ൽ സതീശൻ, പി ടി അനിൽകുമാർ, റഹീം എന്നിവരേയും, 1999 ൽ ബോബൻ കെ ജോർജ്, ബിജുസക്കറിയ, രമേശ്, ബാബു പെരുക്കാരൻ എന്നിവരേയും നിയമിച്ചു. തുടർന്ന് 1990 ൽ ഡൽഹിയിലും, 2000 ൽ തൃശൂരിലും നടന്ന ആൾ ഇന്ത്യ പോസ്റ്റൽ ടൂർണമെന്റുകളിൽ കേരളപോസ്റ്റൽ ടീം ജേതാക്കളാവുകയും ചെയ്തു. ശേഷമുള്ള നിയമനങ്ങൾ നടന്നത് 2013 ലാണ്. രാഹുൽ ആർ നായർ, ഷാജിമോൻ, ഷെഹറാസ്, ഹാരീഷ്, ഗിരീഷ്കുമാർ, അബ്ദുൽ സലീം, ആഷിക്ഹരി, എന്നിവരെ ഈ കാല ഘട്ടത്തിൽ നിയമിച്ചു. ചീഫ് പോസ്റ്റ്മാസ്റ്റർ ജനറലായ ശാർദ്ദസമ്പത്ത്, പോസ്റ്റൽ ഡയറക്ടർ സെയ്ദറഷീദ് എന്നിവർ സ്പോർട്സ് ക്വാട്ട നിയമനത്തിലൂടെ പോസ്റ്റൽ വോളിബോൾ ടീമിന്റെ പഴയകാല പ്രതാപം തിരിച്ചുകൊണ്ടു വരുന്നതിനുള്ള തീവ്രശ്രമത്തിലാണ്.

അക്കൗണ്ട് ജനറൽ ടീം - കേരളം (AG-Kerala)

എ ജി വോളിബോൾ ടീം 1964 ലാണ് രൂപീകരിക്കപ്പെട്ടത്. രാമചന്ദ്രൻ, അബ്ദുൽ റഷീദ്, ശുചീന്ദ്രൻ, സൈനുദ്ദീൻ, അപ്പൂക്കുട്ടൻ എന്നിവരായിരുന്നു ആദ്യ ടീമിൽ ഉണ്ടായിരുന്നത്. 1965 ൽ സുമേദനുണ്ണിക്ക് നിയമനം നല്കി. 1970 ൽ പ്രകാശ്, റഷീദ് എന്നിവർക്കും നിയമനം നല്കി. ഈ ടീം 1977 വരെ മികച്ച നിലവാരമുള്ള ടീമായി മത്സരങ്ങളിൽ പങ്കെടുത്തിരുന്നു. അതിനുശേഷം ഇന്റർ ഡിപ്പാർട്ടുമെന്റ് മത്സരങ്ങളിൽ മാത്രം പങ്കെടുക്കുക പതിവാക്കി. അടുത്ത സ്പോർട്സ് ക്വാട്ട നിയമനത്തിന് 1987 വരെ കാത്തിരിക്കേണ്ടി വന്നു. സിബി, ബിജുമോൻ, ഷിബു, ജോൺസൺ ആന്റണി, ആഷിക് എന്നിവരെ 1987 ലും, ജിജോ, മുരളി എന്നിവരെ 1989 ലും, ബിന്നി, രാമയ്യ എന്നിവരെ 1990 ലും, ടിനുജോസ്, നൗഷാദ്, മനോജ് എന്നിവരെ 1993 ലും നിയമിച്ചു. 1997 ൽ അവസാനമായി സ്പോർട്സ് ക്വാട്ട നിയമനം നടത്തിയെങ്കിലും ഇവർ ടീമിൽ തുടരാൻ തയ്യാറായില്ല. ഇക്കാരണത്താൽ ടീമിന്റെ നിലവാരം നഷ്ടപ്പെടുകയായിരുന്നു. ഒരു കാലഘട്ടം ഇന്ത്യയിൽ ഒട്ടനവധി സംസ്ഥാന ദേശീയ ടൂർണമെന്റുകളിലും, ചാമ്പ്യൻഷിപ്പുകളിലും കാണികളുടെ ആവേശമായിരുന്ന ടീം നഷ്ടപ്പെടുകയായിരുന്നു.

കൊച്ചിൻ പോർട്ട് ട്രസ്റ്റ്

പോർട്ട് ട്രസ്റ്റിൽ ആദ്യമായി വോളിബോൾ ടീമിന്റെ നിയമനം നട ന്നത് 1979 ൽ ആയിരുന്നു. രാജേന്ദ്രൻ, അജയൻ, തോമസ് സെബാസ്റ്റ്യൻ അലക്സ് എം വർക്കി, ജയലാലു, ബാബുഇട്ടി എന്നിവർക്കാണ് ആദ്യ മായി നിയമനം നല്കിയത്. തുടർന്ന് 1992 ൽ രാജ് വിനോദ്, അനിൽ ബി, ഇസ്മായിൽ, ബാബുജോസ്,അബ്ദുൽനാസർ, വിനോയി, ബിജു വി തോമസ്, സുനിൽകുമാർ, ബിജു ടി സി, റോബി അഗസ്റ്റിൻ എന്നിവ രേയും സ്പോർട്സ് ക്വാട്ടയിൽ നിയമിച്ചു. പോൾ ജോസഫ്, എസ് വി നോദ്, അനന്തകൃഷ്ണൻ, ഷിനോതോമസ് 1999 ലും തുടർന്ന് 2004 ൽ മനു, വിജേഷ്, ഖലീൽ, സൂരജ് എന്നിവരേയും നിയമിച്ചു. എന്നാൽ 2009 ന് ശേഷം ഇതുവരേയും സ്പോർട്സ് ക്വാട്ട നിയമനം നടന്നിട്ടില്ല.

ഭാരത് പെട്രോളിയം കോർപ്പറേഷൻ ലിമിറ്റഡ് (BPCL)

1997 ലാണ് ബി പി സി എൽ വോളിബോൾ ടീം രൂപീകരിച്ചത്. ആദ്യ വർഷ സ്പോർട്സ് ക്വാട്ട നിയമനത്തിൽ അരുൾ, സജിത്, സുരേ ഷ്കുമാർ, നോബിൾ, അബ്ദുൽസലാം എന്നീ അഞ്ച് കളിക്കാരെ നിയ മിച്ചു. 1999 ൽ ടോം ജോസഫ് ജയപ്രകാശ് എന്നിവരേയും, 2000 ൽ രാജീവ്, ബി അനിൽ ഇസ്മായിൽ എന്നിവരേയും 2001 ൽ കിഷോറി നേയും നിയമിച്ചു. 2002 ൽ മുതൽ 2016 വരെയുള്ള കാലയളവിൽ വിപിൻ എം ജോർജ്, സായൂജ്, അസ്സീസ്, ജെറോം വിനീത്, അഖിൻ, രോഹിത്, മുത്തുസ്വാമി എന്നിവരെയും നിയമിച്ചിട്ടുണ്ട്. നിലവിൽ ഈ ടീം വിവിധ ദേശീയ സംസ്ഥാന ടൂർണമെന്റുകളിലും, ചാമ്പ്യൻഷിപ്പുകളിലും സജീവ സാന്നിദ്ധ്യമാണ്.

കേരള സ്റ്റേറ്റ് ഇലക്ട്രിസിറ്റി ബോർഡ് (KSEB)

കെ എസ് ഇ ബി വോളിബോൾ ടീം ആരംഭിക്കുന്നത് 1975 ൽ ഇടു ക്കിയിൽ മൂലമറ്റം കേന്ദ്രീകരിച്ചാണ്. വൈദ്യുത ബോർഡിൽ സൂപ്രണ്ടിങ് എഞ്ചിനിയർ ആയിരുന്ന പി കേശവപിള്ളയുടേയും സംസ്ഥാന വോളി ബോൾ അസോസിയേഷൻ സെക്രട്ടറിയായിരുന്ന കെ ജി ഗോപാലകൃ ഷ്ണൻ നായരുടേയും തീവ്രപരിശ്രമത്തിന്റെ ഫലമായിരുന്നു ടീമിന്റെ പിറവി. പി ടി തോമസ് (ടോമി), ഷാനവാസ്, ബേബിതോമസ്, മുഹ മ്മദ്ബഷീർ, അലക്സ്കുര്യൻ, മണി, എം എ ജോസഫ്, പി ജെ ജോസ്, രാജുജോസഫ്, ജോസഫ്ജോൺ, ബ്ലസൻജോർജ്, ജോർജ്മാത്യു, കെ ഉദയകുമാർ എന്നിവരായിരുന്നു ആദ്യകാല അതിഥിതാരങ്ങൾ. 1976 ൽ സ്പോർട്സ് ക്വാട്ട നിയമനത്തിലൂടെ അതിഥി താരങ്ങൾക്ക് നിയമനം നല്കി വോളി ടീം ബലപ്പെടുത്തുകയായിരുന്നു. തുടർന്ന് 1977 ൽ ജോൺസൺ ജേക്കബ്ബിനു നിയമനം നല്കി ടീമിലെ അംഗമാക്കി. 1983 ൽ

വോളിബോൾ ടീമിന്റെ ആസ്ഥാനം ഇടുക്കിയിൽ നിന്നും തിരുവനന്തപു രത്തേക്ക് മാറ്റി. 1977 മുതൽ 84 വരേയും 1990 മുതൽ തുടർച്ചയായി 2017 വരെയും ആൾ ഇന്ത്യ ഇലക്ട്രിസിറ്റി പുരുഷ വിഭാഗം വോളിബോൾ ടൂർണമെന്റിൽ കെ എസ് ഇ ബി ജേതാക്കളാണ്. 1982 ൽ ഗോപാലകൃ ഷ്ണനെ ടീമിലെടുത്തു. കുറച്ച് വർഷങ്ങൾ നിയമനം നടക്കാത്ത അവ സ്ഥയായിരുന്നു, എന്നാൽ പഴയ കളിക്കാരെ ഉൾപ്പെടുത്തി വീണ്ടും ടീമിനെ സജീവമാക്കി. 1984 ൽ ഫിലിപ്പ്, ജോസ്, ഹമീദ്, ഫൈസൽ, മാത്യുജോസഫ്, ശ്രീനിവാസൻ എന്നിവരും ടീമിലെത്തി. 1985 ൽ വി സി ജോണും, 1988 ൽ അൻവർ ഹുസൈൻ, പ്രജോദ്, ബിജുഗോപിനാഥ്, ജോസ് തോമസ് ജയൻ എന്നിവരും ടീമിൽ ചേർന്നപ്പോൾ കേരളത്തിലെ പ്രഗൽഭ ടീമുകളിലൊന്നായി വൈദ്യുതബോർഡ് മാറി. 1989 ൽ താഹ, ജാഫർ, പ്രിൻസ് തുടങ്ങിയവരും, 1992 ൽ ജോഷി, ബിനോജ്, ദിനേ ശ്ജോൺ, ശാരങ്ങാധരൻപിള്ള, ദിലീപ് 1995 ൽ സജീവ്, ദിനേശ്, ഷൈജു മാത്യു, അജിത്ജോസ് തുടങ്ങിയവരും ടീമിൽ ഇടംനേടി. 1996 ൽ ബൈജു മാത്യു, നിർമ്മൽകുമാർ, കപിൽദേവ് എന്നിവരും 1997 ൽ വിജയകുമാർ, നൈജു, ജെനീഷ് എം ജോർജ്, മുജീർ സി കെ, ആദർശ്മേനോൻ, ജയ ലാൽ എന്നിവരും ടീമിലെത്തി. ഇതിനുശേഷം നിയമനം നടന്നത് 2007 ലാണ്. നജീബ്ഹസൻ, രാകേഷ് കെ എസ്, ഷാംജി കെ തോമസ്, മനോ ജ്, വിപിൻ, ധനീഷ് എന്നിവരും 2008 ൽ സിറിൽ, സന്തോഷ്, 2009 ൽ അജേഷ് ടി എസ്. 2010 ൽ ജൻഷാദ് 2011 ൽ മാർഷൽ, അബിൽകൃ ഷ്ണൻ, മനുജോസഫ്, 2013 ൽ ടിനു, പ്രവീൺ, അൻസഫ്, 2015 ൽ അൻസിൻ, സാരങ്, 2016 ൽ ഷോൺ ടി ജോൺ, അനുജെയിംസ്, അര വിന്ദൻ എന്നിവരും ടീമിലെത്തി. എല്ലാ വർഷവും പുതിയ കളിക്കാരെ ഉൾപ്പെടുത്തി വോളിബോൾ ടീമിനെ സജീവമാക്കി നിലനിർത്തിപ്പോരുന്ന ഡിപ്പാർട്ടുമെന്റികളിൽ ഒന്നാണ് കെ എസ് ഇ ബി.

കേരള പൊലീസ്

1930 ൽ തിരുവിതാംകൂർ പൊലീസ് വോളിബോൾ ടീം രൂപീകരിച്ചു. 1955 മുതൽ തിരുവനന്തപുരം-കൊച്ചി പൊലീസ് വോളിബോൾ ടീം സജീ വമായിരുന്നു. നോയൽ സത്യരാജ്, ഇ എം ഹൈദ്രോസ്, കരുണാകര ക്കുറുപ്പ്, എ പി കോയ തുടങ്ങിയവരായിരുന്നു ആദ്യകാല കളിക്കാർ. തുടർന്ന് 1963 ൽ ആർ ബാലകൃഷ്ണൻനായർ, എസ് പരീത്കുഞ്ഞ്, പാലോട് കൃഷ്ണൻകുട്ടി, പി എം മത്തായി, രാമചന്ദ്രൻനായർ, പി വി തോമസ്, പ്രസന്നൻ, നാരായണൻകുട്ടി എന്നിവരും 1971 ൽ ബാലൻന മ്പ്യാർ, ശശിധരൻനായർ, കെ പി രാമചന്ദ്രൻനായർ തുടങ്ങിയവരും കേരള പൊലീസ് വോളി ടീമിലെ കളിക്കാരായി. 1973 ൽ മൂസയും ജോസ് ജോർജ്ജും ഷാജിയും തുടർന്ന് 1975 ൽ എസ് ഗോപിനാഥും ടീമിലെത്തി.

1976 ൽ ജിമ്മി ജോർജ് കൂടി എത്തിച്ചേർന്നപ്പോൾ പൊലീസ് ടീം കേരള ത്തിലെ ഏറ്റവും മികച്ച ടീമുകളിലൊന്നായി. 1984 ൽ മൊയ്തീൻ നൈന, അജയകുമാർ, പ്രതാപൻ, മാത്യു തോമസ്, സണ്ണിതോമസ്, ഷാജി എം ജോർജ്, എസ് എ മധു, അശോകൻ, ജമാൽ എന്നിവരും എത്തിച്ചേർന്നു. 1985 ൽ കെ ഉദയകുമാറും, സിറിൽ സി വള്ളൂർ, അബ്ദുൽ റസ്സാക്കും, 1988 ൽ മോഹനനും ടീമിലെ കളിക്കാരായി. 1989 ൽ മധുസൂധനപ്പണി ക്കർ, ജോസ് പി ജോർജ്, മനോജ്, ബാബു, സാലു കെ തോമസ്, എന്നി വരും നിയമിതരായി. 1998 ൽ തോമസ്, ജിജോ, അനിൽജോർജ്, യാസർ, ഗോപൻ, തുടർന്ന് 2011 ൽ ഖഭീൽ, സൂരജ്, മനു, സുജിത്, സൂരജ്മാത്യു, ലൈഫിൻ, ഗിരീഷ്, രതീഷ് എന്നിവരും സ്പോർട്സ് ക്വാട്ട നിയമനത്തി ലൂടെ ടീമിലെത്തി. ഇതിനുശേഷം ഇതുവരെയും കേരള പൊലീസ് വോളി ബോൾടീമിലേക്ക് നിയമനം നടന്നിട്ടില്ല.

II. കേരളത്തിലെ വനിതാ വോളിബോൾ ടീമുകൾ

കേരളാ പൊലീസ്

കേരളപൊലീസ് വനിതാ വോളിബോൾ ടീം 1972 ൽ കെ സി ഏല മ്മയുടെ നേതൃത്വത്തിൽ നിലവിൽ വന്നു. പി സി ഏലിയാമ്മ, പി കെ ഏലിയാമ്മ, വി കെ സാറാമ്മ, വി വി അന്നക്കുട്ടി എം എൻ അമ്മിണി, വി കെ ലീല, പി ഐ ലീല, അച്ചാമ്മ, നളിനിക്കുട്ടി എന്നിവരാണ് പൊലീസ് ടീമിൽ ആദ്യഘട്ടത്തിൽ നിയമിതരായവർ, ആറ് വർഷം കഴിഞ്ഞ് 1978 ആയപ്പോഴേക്കും ടീം പൂർണ്ണമായി ഇല്ലാതെയായി. പിന്നീട് കേരള പൊലീസ് വനിതാ ടീമിൽ നിയമനം നടന്നത് വലിയൊരു ഇടവേ ളയ്ക്ക് ശേഷം 2012 ലാണ്. അഞ്ജുമോൾ, റോസ്നജോൺ, ഫൗസ ത്ത്, ലിറ്റിൽ ഫ്ളവർ ഷാനി, നീതുമോൾ, അനുമോൾ ഫിലിപ്പ്, നിവ്യ വർഗ്ഗീസ്, അഖില, അഞ്ജന, ഷാജിന, ജീനാ മാത്യു എന്നിവർ പൊലീസ് വനിതാ വോളി ടീമിൽ നിയമിതരായി. ഇതിനുശേഷം വോളിബോൾ ടീമിൽ സ്പോർട്സ് ക്വാട്ട നിയമനം നടന്നിട്ടില്ല. എന്നാൽ ഈ ടീം ഇപ്പോഴും സജീവമാണ്.

കേരള സ്റ്റേറ്റ് ഇലക്ട്രിസിറ്റി ബോർഡ്

കെ എസ് ഇ ബി വനിതാ വോളിബോൾ ടീം 1977 ലാണ് രൂപീകരി ക്കപ്പെട്ടത്. ആദ്യ ടീമിന്റെ നായിക വത്സ പി മാത്യു ആണ്. ജോയ്സ് ഡി ഫിലിപ്പ്, സോണി ഇ കെ, ലില്ലിയാമ്മ, മേരി ടി ഒ, ലളിതാ നൈനാൻ, ലീല, രമ, രാധ, ജെസ്സി ടി തോമസ്, ലില്ലിമേരി, ശ്യാമള, ഫിലോമിന, സി സി മേരി, ലൂസിയാമ്മ, തെയ്യാമ്മ മൈക്കിൾ എന്നിവരേയും ടീമി ലേക്ക് നിയമിച്ചു. എന്നാൽ ഈ ടീം 1979 വരെ മാത്രമേ നിലനിന്നുള്ളൂ. 1981 ൽ കെ സുശീല, കെല്ലി ജോർജ്, പി റ്റി മറിയാമ്മ, സൂസമ്മ ഈപ്പൻ,

ഏലിക്കുട്ടി ജോസഫ്, എന്നിവരെ നിയമിച്ചു. 1983 ൽ ഏഷ്യൻ ഗെയിംസ് കളിച്ച, സാലി ജോസഫ്, റോസമ്മകുര്യൻ, ജെയിസമ്മമുത്തേടം, ബീനവർഗ്ഗീസ് എന്നിവരെ നിയമിച്ചെങ്കിലും ജെയിസമ്മമുത്തേടം മാത്ര മാണ് ജോലിയിൽ തുടർന്നത്. ഇതിനുശേഷം ഇവരുടെ പത്ത് വർഷത്തെ പരിശ്രമ ഫലമായി 1993 ൽ പി ആർ ശ്രീദേവി നായികയാക്കിക്കൊണ്ട് സുനുജേക്കബ്, അനുജേക്കബ്, മേഴ്സി ആന്റണി, നിർമ്മലാ ജോസഫ്, മറിയാമ്മാ ചാക്കോ, പി എൻ പ്രസീത, ലീന, മേരിക്കുട്ടി എബ്രഹാം തുടങ്ങി 9 പേരെക്കൂടി വോളിബോൾ ടീമിലെടുത്തു. 1997 ൽ പ്രസന്ന മഞ്ചൻകോട്, രശ്മി പോൾ എന്നിവരും നിയമിതരായി. 1996 ൽ ബിനി തയും, സിന്ധു പി ആറിനേയും നിയമിച്ചു. 2000 ൽ സിനിജേക്കബ്, മിനി മോൾ, ബിന്ദുമോൾ, ഒ കെ ശ്രീജ എന്നിവരും ടീമിലെ അംഗങ്ങളായി. 2003 ൽ ഷീബ പി വി, ജിഷാതോമസ്, സലിതാ പ്രസാദ്, വിൻസി ജോർജ് എന്നിവരും, 2005 ൽ പ്രജിഷ. എം കെ, അശ്വനി എസ് കുമാർ, ഹസീന പി എം, ടിജി രാജു, ജോമോൾ എം കുര്യൻ എന്നിവരേയും ടീമിലെ അംഗങ്ങളാക്കി. 2008 ൽ അൽഫോൺസാ എം ജെ, ജോമോൾ പി ജെ, ദിവ്യജോസഫ്, തുടങ്ങിയവരെ നിയമിച്ചു. 2010 ൽ ബിജിന വിജയൻ, എൻ ശ്രുതിമോൾ, ജിഷ പി വിയും 2011 ൽ ഡോണാജോർജ്, ഷഹന കെ എ എന്നിവരെയും സ്പോർട്സ് ക്വാട്ടയിൽ നിയമിച്ചു. 2012 ൽ അശ്വ നി ഇ, രേഷ്മ പി പി, 2014 ൽ രേഖ എസ്, ഫാത്തിമ റുക്സാന, അഞ്ജുബാലകൃഷ്ണൻ, 2015 ൽ കൃഷ്ണ പി എസ്, ജിനി കെ എസ്. 2017 ൽ മായതോമസ്, ശ്രുതി എം, അനുശ്രീ കെ പി എന്നിവരെയും നിയമിച്ചു. ഇപ്പോഴും വളരെ വിജയകരമായി കെ എസ് ഇ ബി വനിതാ വോളി ടീം നിലനിർത്തുന്നു.

കെ എസ് ആർ ടി സി

അന്നക്കുട്ടി ജോസഫ് ക്യാപ്റ്റനായി 1976 ലാണ് കെ എസ് ആർ ടി സി വോളിബോൾ ടീം രൂപീകരിക്കപ്പെട്ടത്. അതേവർഷം ആനിപോൾ, ത്രേസ്യാമ്മ ആർ ജെ, ലീല കെ സി, മേരി ജോസഫ്, റേച്ചൽ ജോർജ്, ആനിയാമ്മ ജോഷ്വ, എൽസിജോസഫ്, സുധർമ്മ, ഫിലോമിന ജേക്കബ് എന്നിവരും നിയമിക്കപ്പെട്ടു. ഇതോടെ ഈ ടീം കേരളത്തിലെ മികച്ച വനിതാ ടീമായി. നാല് വർഷം കഴിഞ്ഞ് 1980 ൽ ടീം കളി അവസാനിപ്പി ച്ചു. ഇതിനുശേഷം 1984 ൽ മേരിക്കുട്ടിതോമസ്, ലീജാമ്മ തോമസ്, ഡിൽഷിജോസഫ്, ആനന്ദവല്ലി കെ വി, സൂനമ്മ സി എ, ലൗലിടോം, ശോഭ എം, ആൻസമ്മ പി തോമസ്, ലിസാമ്മജോസഫ്, മേരിധാനിയൽ, മിനി മുഹമ്മദ്, മോളി പി തോമസ് എന്നിവരെ നിയമനം നടത്തി ടീം സജീവമാക്കി. തുടർന്ന് 1988 ൽ ആനിയാമ്മ എം കെ, ഷീബ ഡി, രേഖ പി ആർ, ഷീല പി കെ എന്നിവരേയും നിയമിച്ചു. 1990 ൽ ജെസി എബ്ര ഹാം, രജനി ജി നായർ, സിസിസ്ക്കറിയ, മഞ്ജുള ഐപ്പ്, ജിജി ജോസഫ്

എന്നിവരേയും നിയമിച്ച് ടീം സജീവമാക്കി. 1993 വരെ കെ എസ് ആർ ടി സി വനിതാ വോളി ടീം കേരളത്തിൽ ആവേശത്തോടെ സജീവമായിരുന്നു. എന്നാൽ തുടർന്ന് ടീമിൽ നിയമനം നടത്താതെ ടീം നഷ്ടപ്പെടുകയായിരുന്നു.

കേരള പോസ്റ്റൽ

1988 ൽ തോട്ടയ്ക്കാട് വനിതാ വോളിബോൾ ക്ലബ്ബിലെ ഏഴ് കളിക്കാരെ ഉൾപ്പെടുത്തി പോസ്റ്റൽ വകുപ്പ് തിരുവനന്തപുരം കേന്ദ്രമാക്കി വനിതാ വോളിബോൾ ടീം രൂപീകരിച്ചു. പിന്നീട് അഞ്ച് വർഷം കഴിഞ്ഞിട്ടും തുടർ നിയമനം ലഭിക്കാത്തതിനാൽ 1993 ൽ ടീം പിരിഞ്ഞുപോയി.

കേരള സംസ്ഥാന സ്പോർട്സ് കൗൺസിൽ, സായ് വോളിബോൾ ഹോസ്റ്റലുകൾ

	മേൽവിലാസം	പരിശീലകൻ, ഫോൺനമ്പർ
1.	അസംഷൻ കോളേജ് ചങ്ങനാശ്ശേരി, കോട്ടയം ജില്ല	വി അനിൽകുമാർ 9447202189
2.	സെന്റ് പീറ്റേഴ്സ് കോളേജ് കോലഞ്ചേരി, എറണാകുളം	ജേക്കബ് ജോസഫ് 9496320287
3.	സെന്റ് സ്റ്റീഫൻസ് കോളേജ് മാളൂർ കോളേജ്, പി ഒ പത്തനാപുരം, കൊല്ലം	ബിജുമാത്യു 9447566219
4.	വോളിബോൾ അക്കാഡമി വാഴത്തോപ്പ്, ഇടുക്കി	ബോബിസേവ്യർ 8547926920
5.	സെന്റ് തോമസ് കോളേജ് അരുണാപുരം പി ഒ, പാല, കോട്ടയം	എസ് മനോജ് 9447395988
6.	വോളിബോൾ അക്കാഡമി ഇൻഡോർസ്റ്റേഡിയം, നാട്ടിക പി ഒ തൃപ്രയാർ, തൃശൂർ	ഹരിലാൽ എസ് ടി 9847461399
7.	ഗിരിദീപം ബഥനി ഹയർസെക്കന്ററി സ്കൂൾ, ബദനിഹിൽസ്, വടവാതൂർ പി ഒ, കോട്ടയം	ബിനോജ് പി ജോണി 8129470212

8.	സെന്റ് സേവിയേഴ്സ് കോളേജ് ആലുവ – 683101, എറണാകുളം	നിമ്മി എസ് 8089143743
9.	എസ് എൻ ഡി പി എച്ച് എസ് എസ് പാലിശ്ശേരി, പൂവത്തുശ്ശേരി പി ഒ, അന്നമ്മനട, തൃശൂർ	കെ പി പ്രദീപ് 9847473705
10.	വോളിബോൾ അക്കാഡമി വെട്ടിപ്പുറം, c/o ജില്ലാ സ്പോർട്സ് കൗൺസിൽ, പത്തനംതിട്ട	തങ്കച്ചൻ പി ജോസഫ് 9961186039
11.	സി എം എസ് കോളേജ് കോട്ടയം – 686001	ലാലുമോൻ 9496847979
12.	ഗവ.ഹയർസെക്കന്ററി സ്കൂൾ കിഴക്കഞ്ചേരി പി ഒ, പാലക്കാട്	കണ്ണദാസൻ 8592011125
13.	സെന്റ് ജോസഫ് കോളേജ് ഇരിങ്ങാലക്കുട പി ഒ, തൃശൂർ – 680121	സഞ്ജയ്ബാലിക 9495635417
14.	സെന്റ് ജോർജ് കോളേജ് അരുവിത്തുറ, അരുവിത്തുറ പി.ഒ ഈരാറ്റുപേട്ട, കോട്ടയം	നവാസ് വഹാബ് 9745204151
15.	പി ആർ എൻ എസ് എസ് കോളേജ്, മട്ടന്നൂർ, മട്ടന്നൂർ പി ഒ, കണ്ണൂർ	ഇ കെ രഞ്ജൻ 9995048334
16.	പയ്യന്നൂർ കോളേജ് എടറ്റ് പി ഒ, പയ്യന്നൂർ, കണ്ണൂർ	എം രവീന്ദ്രൻ 9446305336
17	ക്രൈസ്റ്റ് കോളേജ് ഇരിങ്ങാലക്കുട പി ഒ, തൃശൂർ	ലക്ഷ്മിനാരായണൻ കെ എൻ, 8547914082
18	സെൻട്രൽ സ്പോർട്സ് ഹോസ്റ്റൽ ഉദയഗിരി, വിദ്യാനഗർ പി ഒ കാസർഗോഡ് –671123	ജോയി സിറിയാക് 8547900213
19.	ശ്രീനാരായണഗുരു കോളേജ് ചേലന്നൂർ, കണ്ണങ്കര, പി ഒ കോഴിക്കോട്	വിനീഷ്കുമാർ കെ പി 9961775522
20.	ഇ എം ഇ എ കോളേജ് കൊണ്ടോട്ടി, മലപ്പുറം	പി മുരളീധരൻ പാലാട്ട് 9446543556

21. വോളിബോൾ അക്കാഡമി നടുവണ്ണൂർ വാകയാട് പി.ഒ കോഴിക്കോട്	കെ കെ ശ്രീധരൻ 9961153718
22. കൃഷ്ണമേനോൻ മെമ്മോറിയൽ ഗവ: കോളേജ് പള്ളിക്കുന്ന് പി ഒ കണ്ണൂർ	കെ ശിവദാസൻ 9846920056
23. ഗവ. വി ആന്റ് എച്ച് എസ് എസ് (സ്പോർട്സ്) കണ്ണൂർ പി ഒ, കണ്ണൂർ.	ജിനിവർഗ്ഗീസ് 9745143072 വിജിത്‌ലാൽ 9961462643
24. സെൻട്രൽ സ്പോർട്സ് ഹോസ്റ്റൽ പനമ്പള്ളി നഗർ, കൊച്ചിൻ എറണാകുളം	സോൾ സെബാസ്റ്റ്യൻ 9846404114
25. വോളിബോൾ അക്കാഡമി കുന്നുമ്മേൽ, കക്കട്ടിൽ പി ഒ കല്ലാറ്റി (വഴി) വടകര, കോഴിക്കോട്	പി എ തോമസ് 9995068637
26 സെന്റ് മേരീസ് കോളേജ് കുപ്പാടി പി ഒ സുൽത്താൻ ബത്തേരി, വയനാട്	വി എം അശോകൻ 9744845159
27 ബിഷപ്പ്മൂർ കോളേജ് മാവേലിക്കര, ആലപ്പുഴ	ജിൽസ് വർഗ്ഗീസ് 9747251629
28. എം എ കോളേജ് കോതമംഗലം, എറണാകുളം	മാത്യൂസ് ജേക്കബ് 9447433429
29. കെ ഇ കോളേജ് മാന്നാനം, കോട്ടയം	ശിവകുമാർ പി 9447380741

30. സെന്റ് മേരീസ് ഹയർ സെക്കന്ററി സ്കൂൾ, കുപ്പാടി പി ഒ സുൽത്താൻ ബത്തേരി, വയനാട്	വി എം അശോകൻ 9744845159
31. അൽഫോൺസാ കോളേജ് പാല, കോട്ടയം	ജോബിതോമസ് 9495875342
32. സെന്റ് തോമസ് കോളേജ് കോഴഞ്ചേരി പത്തനംതിട്ട	പി സോമൻബാബു 9495661007
33. മുസലിയാർ കോളേജ് പത്തനംതിട്ട	അമൃത രാജ് 9744417044
34. സെന്റ് തെരാസസ് കോളേജ് എറണാകുളം	നിഷ ഫിലിപ്പ് 9747451727

സ്പോർട്സ് അതോറിറ്റി ഓഫ് ഇന്ത്യ (SAI) യുടെ കേരളത്തിലെ വോളിബോൾ പരിശീലന കേന്ദ്രങ്ങൾ

മേൽവിലാസം	പരിശീലകൻ
1. സായ് ട്രെയിനിങ് സെന്റർ ഇൻഡോർ സ്റ്റേഡിയം, കോഴിക്കോട് (ആൺകുട്ടികൾ)	ലിജോ ഇ ജോൺ അഗസ്റ്റിൻ 9400035454
2. സായ് ട്രെയിനിങ് സെന്റർ തലശ്ശേരി, കണ്ണൂർ (പെൺകുട്ടികൾ)	ബാലചന്ദ്രൻ കെ 9446166354
3. സായ് ട്രെയിനിങ് സെന്റർ എൽ എൻ സി പി ഇ, കാര്യവട്ടം, തിരുവനന്തപുരം	പയസ് മാത്യു 9447828102 (പെൺകുട്ടികൾ)

വോളിബോളിൽ ഉയരങ്ങൾ കീഴടക്കാൻ സ്പോർട്സ് അതോറിറ്റി ഓഫ് ഇന്ത്യ ഉയരക്കാരെ തേടുന്നു (വോളിബോൾ ഹൈറ്റ് ഹണ്ട് പദ്ധതി)

ഇന്ത്യയിൽ മികച്ച വനിതാ വോളിബോൾ കളിക്കാരെ കണ്ടെത്തു
ന്നതിനുവേണ്ടി സായ്, ഉയരക്കാരായ പെൺകുട്ടികൾക്ക് അവസരം നല്കി

കൊണ്ട് 2012 ലാണ് 'ഹൈറ്റ്ഹണ്ട്' എന്ന ആശയം നടപ്പാക്കുന്നത്. തിരു വനന്തപുരം കാര്യവട്ടം സെന്ററിൽ ആരംഭിച്ച ആദ്യബാച്ചിൽ പതിനെട്ട് പെൺകുട്ടികൾക്ക് അവസരം ലഭിച്ചു. ഈ ബാച്ചിലെ മൂന്ന് പെൺകുട്ടി കൾ, 18 വയസ്സിനു താഴെയുള്ള വനിതകളുടെ ഏഷ്യൻ ചാമ്പ്യൻഷി പ്പിൽ ഇന്ത്യയെ പ്രതിനിധീകരിച്ചതോടെ ഈ പദ്ധതി വിജയം കണ്ടു. 2015 മുതൽ 2017 വരെ തുടർച്ചയായി മൂന്ന് ബാച്ചുകളിലായി കുട്ടികളെ തെരഞ്ഞെടുത്ത് പരിശീലിപ്പിച്ചു വരികയാണ്. തെരഞ്ഞെടുക്കുന്നവർക്ക് ശാസ്ത്രീയ പരിശീലനത്തിനു പുറമേ താമസം, ഭക്ഷണം, കായികോപ കരണങ്ങൾ, വിദ്യാഭ്യാസം മെഡിക്കൽ സൗകര്യം തുടങ്ങിയ ആനുകൂ ല്യങ്ങൾ സായ് തന്നെ നല്കി വരുന്നു. വോളിബോൾ "ഹൈറ്റ്ഹണ്ട്" പദ്ധതി മാനദണ്ഡമനുസരിച്ച് പെൺകുട്ടികളുടെ ജന്മ വർഷപ്രകാരം 12 വയസ്സ് 171 സെ മീ, 13 വയസ്സ് - 175 സെ മീ, 14 വയസ്സ് - 178 സെ മീ, 15 വയസ്സ് - 180 സെ മീ ഉയരമോ അതിനു മുകളിലോ ഉള്ളവരെ അടി സ്ഥാന യോഗ്യതയായി പരിഗണിക്കുന്നതാണ്. സ്പോർട്സ് അതോറിറ്റി ഓഫ് ഇന്ത്യയുടെ ഇത്തരം പദ്ധതിയിലൂടെ ഇന്ത്യൻവോളിബോളിനെ ലോകോത്തര നിലവാരത്തിലെത്തിക്കുമെന്നും പ്രതീക്ഷിക്കുന്നു.

മേൽവിലാസം	പരിശീലകൻ
വോളിബോൾ ഹൈറ്റ്ഹണ്ട് സ്കീം സായ് - എൽ എൻ സി പി ഇ കാര്യവട്ടം - തിരുവനന്തപുരം 0471-2418712	ഡോ. സദാനന്ദൻ സി എസ് അസോസിയേറ്റ് പ്രൊഫസർ എൽ എൻ സി പി ഇ കാര്യവട്ടം, തിരുവനന്തപുരം, 9447794079

മികച്ച വോളിബോൾ പരിശീലന കേന്ദ്രങ്ങളുടെ പിന്നിൽ പ്രവർത്തിച്ചവർ

പി സി രാഘവൻ (എസ് ജി ഡി സി നായരമ്പലം വോളി അക്കാദമി)

എറണാകുളം നായരമ്പലം പള്ള ത്തുവീട്ടിൽ ചേന്നൻകുട്ടിയുടേയും കുഞ്ഞിലക്ഷ്മിയുടേയും മകനായി 1936 ജനുവരി 3 ന് പി സി രാഘവൻ ജനിച്ചു. ചെറുപ്പത്തിൽ തന്നെ വോളിബോളിന്റെ ബാലപാഠങ്ങൾ അഭ്യസിച്ചു തുടങ്ങി. 1954 ൽ കേന്ദ്ര മിലിട്ടറി സർവ്വീസിൽ ചേർന്നതു മുതലാണ് ആന്ധ്ര, ഹൈദ്രാ ബാദ് സംസ്ഥാനങ്ങൾക്കുവേണ്ടി ദേശീ യവോളിബോൾ ചാമ്പ്യൻഷിപ്പുകളിൽ കളിച്ചു തുടങ്ങിയത്. 1960 ൽ ഹൈദ്രാ ബാദ് കേന്ദ്രമാക്കി ആർട്ടിലറി സെന്റർ എന്ന പേരിൽ ഒരു ടീം രൂപീകരിച്ചു. ഈ ടീമിൽ ശ്യാംസുന്ദർ റാവു, ജയ്പാൽ സിങ്, ബൽദേവ് സിങ്, രുദ്രപ്പ, കൃഷ്ണൻ, വേദപ്രകാശ്, ഗോപാൽ എന്നിവരോടൊപ്പം നായകനായി പി സി രാഘവനും അണിചേർന്നു.

രാഘവൻ നാഷണൽ ഇൻസ്റ്റിട്യൂട്ട് ഓഫ് സ്പോർട്സിൽനിന്നും കോച്ചിങ് ബിരുദം കരസ്ഥമാക്കിയില്ലയെങ്കിലും ഏറ്റവും മികച്ച പരിശീ ലകരുടെ നിരയിലാണ്. 1960 ൽ ഡൽഹി നാഷണൽ സ്റ്റേഡിയത്തിൽ റഷ്യൻ കോച്ച് പിമിനോവ് നടത്തിയ 4 ആഴ്ച ദൈർഘ്യമുള്ള പരി

ശീലന ക്യാമ്പിൽ പങ്കെടുക്കാനുള്ള അവസരവും, കൂടാതെ തന്റെ അനു
ഭവങ്ങളിൽനിന്നും ലഭിച്ചിട്ടുള്ള അറിവുകളുടെയെല്ലാം പിൻബലവുമാണ്
1990 ൽ നായരമ്പലം ഭഗവതി വിലാസം ഹൈസ്കൂൾ കേന്ദ്രമാക്കി
പെൺകുട്ടികൾക്കായി വോളിബോൾ അക്കാഡമി ആരംഭിക്കുവാൻ അദ്ദേ
ഹത്തെ പ്രേരിപ്പിച്ചത്. ആദ്യമായി 8 പെൺകുട്ടികളുമായാണ് പരിശീ
ലന കേന്ദ്രം ആരംഭിക്കുന്നത്. ആ സമയത്ത് കോഴിക്കോട് നടന്ന സീനി
യർ നാഷണൽ വോളിബോൾ ചാമ്പ്യൻഷിപ്പ് കാണുന്നതിനുവേണ്ടി 8
കുട്ടികളെ പി സി യുടെ സഹോദരിയുടെ വീട്ടിൽ അഞ്ച് ദിവസം താമ
സിപ്പിക്കുകയും എല്ലാ കളിയും കാണുന്നതിനുള്ള അവസരമൊരുക്കു
കയും ചെയ്തു. ആരംഭകാലത്ത് അക്കാഡമിയുടെ പ്രവർത്തനത്തിനായി
വളരെയധികം ബുദ്ധിമുട്ടുകൾ സഹിക്കേണ്ടി വന്നിട്ടുണ്ട്. അതിനുശേഷം
ഓരോ വർഷവും പുതിയ കുട്ടികൾ എത്തിത്തുടങ്ങി. പിന്നീട് വിവിധ
പ്രായപരിധികളിൽപ്പെട്ട 52 കുട്ടികൾ വരെ ഉണ്ടായിരുന്നു. ഇവർക്കായി
4 വോളിബോൾ കോർട്ടുകളും തയാറാക്കിയിരുന്നു. ചിട്ടയായ പരിശീല
നത്തിന്റെ ഫലമായി ഓരോ വർഷവും ധാരാളം കുട്ടികൾ സംസ്ഥാന,
ദേശീയ, അന്തർദ്ദേശീയ മത്സരങ്ങളിൽ പങ്കെടുത്തു തുടങ്ങി. ഇക്കാലയ
ളവിനുള്ളിൽ 19 കളിക്കാർ റെയിൽവേ, കെ എസ് ഇ ബി, പൊലീസ്
സ്റ്റേറ്റ് സർവ്വീസ് എന്നിവിടങ്ങളിൽ ജോലിയിൽ പ്രവേശിച്ചു. അക്കാദമി
യിലെ കളിക്കാരെ മാത്രം ഉൾപ്പെടുത്തിക്കൊണ്ട് 1994 ൽ എസ് എൻ
എം കോളേജ് മാലിയങ്കരയിൽ ടീം ആരംഭിച്ചു. ഈ ടീം വളരെക്കാലം
എം ജി യൂണിവേഴ്സിറ്റിയുടെ മികച്ച വോളിബോൾ ടീമുകളിലൊന്നാ
യിരുന്നു. എസ് ജി ഡി സി എന്ന ക്ലബ്ബാണ് ഇതിന് നേതൃത്വം നല്കുന്ന
ത്. കൂടാതെ നായരമ്പലം ഗ്രാമ പഞ്ചായത്ത് 25,000 രൂപയുടെ കായിക
ഉപകരണങ്ങൾ വാങ്ങി നല്കുകയും നായരമ്പലം കോ-ഓപ്പറേറ്റീവ്
ബാങ്ക് 15,000 രൂപ പോഷകാഹാരത്തിനുമായും നല്കുന്നു. ഇതെല്ലാം
വലിയൊരു ആശ്വാസമെന്നല്ലാതെ അധികമായി വരുന്ന ഭാരിച്ച ചെലവു
കൾക്കായി സ്വയം സാമ്പത്തികം കണ്ടെത്തുകയാണ് ചെയ്യുന്നത്.
ഇപ്പോൾ കുട്ടികൾ കുറവാണെങ്കിലും ഇദ്ദേഹം രാവിലേയും വൈകു
ന്നേരവും ഗ്രൗണ്ടിലെത്തുന്നത് മുടക്കാറില്ല. എന്നാലും ഒരു പഴയ കാല
പ്രതാപത്തെ അയവിറക്കി കർമ്മനിരതനായി തന്റെ പ്രവർത്തനമണ്ഡ
ലത്തിൽ പി സി രാഘവൻ ഇപ്പോഴും സജീവമാണ്.

പി സി രാഘവൻ
നായരമ്പലം എറണാകുളം – 682509
ഫോൺ: **9961908492**

അശോകൻ വി എം (കല്ലൂർ വോളിബോൾ അക്കാദമി)

വയനാട് സുൽത്താൻ ബത്തേരി നായ്ക്കെട്ടി വെളുതൊണ്ടിക്കുന്നിൽ

വീട്ടിൽ പി കെ മാധവന്റേയും, ചിന്നമ്മ യുടേയും മകനായി 1964 ജൂൺ 15 ന് അശോകൻ ജനിച്ചു. 10 വർഷക്കാലം വയ നാട് ജില്ലാ ടീമിനുവേണ്ടി സെറ്ററായി കളിച്ചു. ഇതിൽ 2 വർഷം ജില്ലാ ടീമിന്റെ നായകനുമായിരുന്നു. തമിഴ്നാട്, കർണ്ണാ ടക അതിർത്തി പ്രദേശങ്ങളിൽ നടക്കുന്ന സംസ്ഥാന ജില്ലാ ടൂർണമെന്റുകളിൽ ശ്രദ്ധേയമായ പ്രകടനമാണ് ഇദ്ദേഹം കാഴ്ച വച്ചിട്ടുള്ളത്. സംസ്ഥാന ചാമ്പ്യൻഷിപ്പുകളിൽ മറ്റ് ജില്ലകൾ ശ്രദ്ധേയ പ്രകടനം കാഴ്ചവയ്ക്കുമ്പോൾ

വയനാട് ജില്ല പിന്നോക്കം പോകുന്ന അവസ്ഥയാണ് എപ്പോഴും. ഈ ഭാഗങ്ങളിൽ വോളിബോളിന് മതിയായ പരിശീലനവും പ്രചാരവും ലഭി ക്കുന്നില്ല എന്ന തിരിച്ചറിവാണ് 1990 ൽ വീടിന് തൊട്ടടുത്തുള്ള നിരപ്പത്ത് എന്ന സ്ഥലത്ത് 6 കുട്ടികളുമായി 'കല്ലൂർ വോളി അക്കാദമി ' എന്ന പേരിൽ ഒരു പരിശീലന കേന്ദ്രം ആരംഭിക്കുവാൻ അശോകനെ പ്രേരി പ്പിച്ചത്.

രണ്ടാം വർഷമായപ്പോൾ ജില്ലയുടെ അകത്തും, പുറത്തു നിന്നുമാ യി, 40 ലധികം കുട്ടികൾ പരിശീലന കേന്ദ്രത്തിലെത്തി. മറ്റ് താമസസൗ കര്യങ്ങളൊന്നുമില്ലാത്തതിനാൽ രാവിലെയും വൈകുന്നേരവുമാത്രമാക്കി പരിശീലനം ക്രമീകരിച്ചു. പരിശീലനകേന്ദ്രത്തിനടുത്ത് കെ ടി ബെറ്റ്സി എന്നു പേരുള്ള ഉയരമുള്ള ഒരു പെൺകുട്ടിയെ അശോകൻ നിർബ്ബന്ധിച്ച് ഗ്രൗണ്ടിലെത്തിച്ച് സ്ഥിരമായി പരിശീലനം നല്കുമായിരുന്നു. പിന്നീട് ഈ കളിക്കാരി ഇന്ത്യക്കുവേണ്ടി 8 തവണയും, ഏഷ്യയിലെ ഏറ്റവും മികച്ച ബ്ലോക്കർ എന്ന പദവി വരെ കരസ്ഥമാക്കി. സൗജന്യമായിട്ടാണ് ആദ്യം പരിശീലനം ആരംഭിച്ചതെങ്കിലും പിന്നീട് 30 രൂപ ഫീസ് ഈടാക്കി. കുട്ടികൾ കൊടുക്കുന്ന രൂപയുടെ മൂല്യം പരിശീലനത്തിലൂടെ തിരികെ കിട്ടുന്നുണ്ടോ എന്നറിയാൻ രക്ഷിതാക്കൾ ഗ്രൗണ്ടിലെത്തിത്തുടങ്ങിയത് പരിശീലന കേന്ദ്രത്തിന്റെ പ്രചാരണത്തിന് ഇടയായി. 3 വർഷം കഴി ഞ്ഞപ്പോൾ സംസ്ഥാന മിനി ടീമിൽ 5 കളിക്കാരെയും 2016 ആയപ്പോൾ ഇന്ത്യൻ ടീമിൽ 7 കളിക്കാരേയും 100 ലധികം കളിക്കാരെ വിവിധ തല ങ്ങളിലെ സംസ്ഥാന ചാമ്പ്യൻഷിപ്പിൽ പങ്കെടുപ്പിക്കുവാനും അശോകന് സാധിച്ചു. പരിശീലനത്തിൽ ഫലം കണ്ടു തുടങ്ങിയപ്പോൾ നൂൽപ്പുഴ

ഗ്രാമപഞ്ചായത്ത്, കായിക ഉപകരണങ്ങൾ വാങ്ങുന്നതിനുള്ള സഹായം നല്കി തുടങ്ങി. അശോകന്റെ വരുമാനത്തിന്റെ ഒരു ഭാഗവും, വയനാട് വോളിബോൾ അസോസിയേഷൻ സെക്രട്ടറിയായിരുന്ന രവീന്ദ്രൻ (മണി), എന്ന വ്യക്തിയും വോളിബോൾ പരിശീലകനായ പ്രേമൻ തുടങ്ങിയവരുടെ സഹായസഹകരണത്തിലുമാണ് പരിശീലനകേന്ദ്രം നിലനിർത്തുവാൻ സഹായമായത്.

തന്റെ പരിശീലനക്കളരിയിൽനിന്നും വളർന്നു വരുന്ന കളിക്കാർ കോളേജ് തലത്തിൽ എത്തുമ്പോൾ മറ്റ് ജില്ലകളിലേക്ക് ചേക്കേറേണ്ട സാഹചര്യം വന്നു തുടങ്ങി. തന്റെ കുട്ടികളെ സ്വന്തം ജില്ലയിൽ തന്നെ നിലനിർത്തണമെന്ന താല്പര്യവും ആഗ്രഹവും കാരണം 2010 ൽ സുൽത്താൻ ബത്തേരി സെന്റ് മേരീസ് കോളേജിൽ ഒരു വോളിബോൾ പരിശീലന കേന്ദ്രം ആരംഭിച്ചു. തുടർന്ന് 2011 ൽ കാലിക്കറ്റ് യൂണിവേഴ്സിറ്റി വനിതാ വോളിബോൾ ചാമ്പ്യൻഷിപ്പിൽ സെന്റ് മേരീസ് കോളേജ് മൂന്നാം സ്ഥാനക്കാരായി. തൊട്ടടുത്ത വർഷം രണ്ടാം സ്ഥാനത്തും, 2017 ൽ നടന്ന ചാമ്പ്യൻഷിപ്പിൽ സെന്റ് മേരീസ് കോളേജ് കിരീടം കരസ്ഥമാക്കുകയും ചെയ്തു. കഠിനാദ്ധ്വാനവും അർപ്പണ മനോഭാവവുമാണ് അശോകനെപ്പോലുള്ള വ്യക്തികൾ ഇത്തരം നേട്ടങ്ങളുടെ നെറുകയിലെത്തുവാൻ കാരണം.

വി എം അശോകൻ
കല്ലൂർ വോളി അക്കാഡമി
വയനാട്, ഫോൺ: **9744845159**

പി ശിവകുമാർ

തൃശ്ശൂർ ജില്ലയിലെ പേരാമംഗലം *എസ് ഡി വി എച്ച് എസ് എസിൽ* 1995 ൽ കായികാദ്ധ്യാപകനായി പി ശിവകുമാർ ജോലിയിൽ പ്രവേശിച്ചു. അക്കാലത്ത് വോളിബോൾ തീരെ  പ്രചാരം ഇല്ലാത്ത പ്രദേശവും സ്കൂളും ആയിരുന്നു ഇത്. വോളിബോൾ പരിശീലന പരിപാടി സ്കൂളിൽ ആരംഭിക്കുന്നതിനു വേണ്ടി വളരെ പരിശ്രമിക്കുന്ന സമയത്താണ് സായി, സർക്കാർ വോളിബോൾ ഹോസ്റ്റലുകൾ എന്നിവിടങ്ങളിൽ അവസരം കിട്ടാത്ത കുട്ടികളെ വിവിധ സ്ഥലങ്ങളിൽ വച്ച് പരിചയപ്പെടാൻ ഇടയായി. ഈ സാഹചര്യത്തിലാണ് ഒരു വോളിബോൾ പരിശീലനകേന്ദ്രം തുട

ങ്ങാനുള്ള ആശയം ഉദിക്കുന്നത്. അങ്ങനെ ഏഴ് കുട്ടികളുമായി 2005 ൽ ഒരു വോളി അക്കാദമിക്ക് തുടക്കം കുറിച്ചു. സ്കൂളിലെ എല്ലാ ജീവന ക്കാരും ഇതിനെ ശക്തമായി എതിർത്തു. സ്പോർട്സിലെ കുട്ടികളുടെ പഠന നിലവാരം മോശമായിരിക്കും എന്ന കാരണം പറഞ്ഞ് സ്കൂളിൽ ചിലർ പരിഹസിക്കുയും ചെയ്തു. അവസാനം നീണ്ട പരിശ്രമത്തിന്റെ ഫലമായി സ്കൂളിൽ കുട്ടികൾക്ക് അഡ്മിഷൻ മാത്രം തരാമെന്ന് മാനേ ജ്മെന്റ് സമ്മതിച്ചു, പിന്നെയായിരുന്നു പ്രധാന വെല്ലുവിളികൾ.

നാട്ടിലെ പലരോടും വിഷമം പറഞ്ഞു, തടത്തിൽ ശശി എന്നയാൾ തന്റെ ശില്പ കോപ്ലക്സിന്റെ ഒരു മുറിയിൽ ഒരു വർഷം കുട്ടികളെ സൗജന്യമായി താമസിപ്പിക്കുവാൻ അനുവാദം നല്കി. കുട്ടികളുടെ ഭക്ഷണത്തിനും മറ്റ് ആവശ്യങ്ങൾക്കുമായി ശിവകുമാർ തന്റെ ശബ ളത്തെ മുഴുവനായി ആശ്രയിച്ചു, കടുത്ത സാമ്പത്തിക ബാദ്ധ്യതയിലും കുട്ടികളുടെ ഭക്ഷണത്തിനും മറ്റ് ആവശ്യങ്ങൾക്കും യാതൊരു കുറവും വരുത്താതെ ശ്രദ്ധിച്ചു പോന്നു. ആദ്യകാലത്ത് ഭക്ഷണം പാചകം ചെയ്യു ന്നതിനായി ഒരു മണ്ണെണ്ണ അടുപ്പും കൂടാതെ ആ മുറിയിൽ തന്നെ ഏഴ് പേരോടൊപ്പം ശിവകുമാറും ഒന്നിച്ച് താമസിച്ചു. വളരെ പരിമിതികളിൽ നിന്നും, ദിവസവും കാലത്തും വൈകുന്നേരവും ശാസ്ത്രീയവും കഠിന വുമായ പരിശീലനം, മികച്ച വോളിതാരങ്ങളെ വാർത്തെടുക്കുന്നതിന് അദ്ദേഹത്തെ സഹായിച്ചു.

2005-2006 ആദ്യവർഷത്തിൽ തന്നെ എല്ലാപേരെയും അത്ഭുതപ്പെ ടുത്തിക്കൊണ്ട് തിരുവനന്തപുരം ഗവൺമെന്റ് ജി വി രാജാ സ്പോർട്സ് സ്കൂളിൽ നടന്ന സംസ്ഥാന സ്കൂൾ വോളി ബോൾ ചാമ്പ്യൻഷിപ്പിൽ കിരീടം കരസ്ഥമാക്കി. ഈ ചാമ്പ്യൻഷിപ്പിൽ വിജയിച്ച ശിവകുമാറിന്റെ ഏഴ് കുട്ടികളിൽ അഞ്ച് പേരും കേരളത്തിന്റെ കുപ്പായമണിഞ്ഞത് ചരി ത്രം. പിന്നെ എല്ലാം മറികടന്നു കൊണ്ടുള്ള പ്രയാണം, എല്ലാ മത്സര ങ്ങളിലും വിജയം നേടിത്തുടങ്ങി. തുടർന്നുള്ള വർഷങ്ങളിൽ കുട്ടികളുടെ പ്രവേശനത്തിന് ഒരു കുറവും വന്നില്ല. കുട്ടികൾ കൂടിക്കൊണ്ടേയിരു ന്നു. തുടർന്ന് പ്രദേശത്തെ പല വീടുകളിലും വാടകയ്ക്ക് താമസിച്ചു പോന്നു. വാടകയിനത്തിൽ 2000 രൂപ മാത്രം സ്കൂൾ മാനേജ്മെന്റ് വക, പല രക്ഷാകർത്താക്കളും സാധനങ്ങൾ വാങ്ങി നല്കി സഹായിച്ചു. ആരോടും കൈനീട്ടാതെ രക്ഷിതാക്കൾ തരുന്നത് കഴിച്ച് ബാക്കി തുക ശമ്പളത്തിൽനിന്നും എടുത്ത് അദ്ദേഹം ഈ പ്രസ്ഥാനം മുന്നോട്ടു കൊണ്ടു പോയി. ഇതിനകം നിരവധി അംഗീകാരങ്ങളും വിജയങ്ങളും ഈ ഹോസ്റ്റലിനേയും പരിശീലകനേയും തേടിയെത്തിയിരുന്നു. അങ്ങനെ 8 വർഷക്കാലം സ്കൂളിൽ പുറത്ത് വാടക വീടുകളിൽനിന്നും 2013 ൽ മാനേജ്മെന്റ് സ്കൂൾ അങ്കണത്തിൽ കെട്ടിടം നിർമ്മിച്ച് മികച്ച സൗക

ര്യങ്ങളുള്ള വോളിബോൾ ഹോസ്റ്റലിന് രൂപം നല്കുകയായിരുന്നു.

ഈ കാലയളവിൽ 400 ലേറെ കുട്ടികൾ സംസ്ഥാനത്തിന്റെ വിവിധ ഭാഗങ്ങളിൽനിന്നും ഈ ഹോസ്റ്റലിൽ താമസിച്ച് പരിശീലനം നേടിയിട്ടു ണ്ട്. 100 ലധികം കുട്ടികൾ കേരളത്തെ പ്രതിനിധീകരിച്ച് ദേശീയ മത്സര ങ്ങളിൽ പങ്കെടുക്കുകയും കേന്ദ്ര, സംസ്ഥാന വകുപ്പുകൾ, മറ്റ് പൊതു മേഖലാ സ്ഥാപനങ്ങളിലും ജോലിയിൽ പ്രവേശിച്ചിട്ടുമുണ്ട്. കഴിഞ്ഞ കുറേ വർഷങ്ങളായി സബ് ജൂനിയർ വിഭാഗത്തിൽ മികച്ച നേട്ടം കൈവ രിച്ചു. പത്ത് തവണ സംസ്ഥാന വോളി ബോൾ ചാമ്പ്യൻഷിപ്പുകൾക്ക് ഈ സ്കൂൾ വേദിയായിട്ടുണ്ട്. കൂടാതെ 20 ലേറെ തവണ ദേശീയ ചാമ്പ്യൻഷിപ്പുകളിൽ പങ്കെടുക്കുന്ന കേരള ടീമിന്റെ മുഖ്യ പരിശീലക നാകാനും ശിവകുമാറിന് കഴിഞ്ഞിട്ടുണ്ട്. വളരെയേറെ പ്രയാസങ്ങളു ടേയും കഷ്ടതകളുടേയും പ്രയത്നത്തിന്റേയും നടുവിൽ ഇന്ന് ഇന്ത്യ യിൽ അറിയപ്പെടുന്ന വോളിബോൾ പരിശീലന കേന്ദ്രങ്ങളുടെ പട്ടികക ളിലേക്ക് പേരാമംഗലം സ്കൂളും ഇടംതേടി. ഇത്രയേറെ കഷ്ടപ്പാടുകൾക്കി ടയിലും ഈ പരിശീലനകേന്ദ്രത്തെ സ്വന്തം പ്രയത്നത്താൽ താങ്ങി നിർത്തിയ ശിവകുമാറിന്റെ കഠിനാധ്വാനത്തിനും നിശ്ചയദാർഢ്യത്തിനും മുമ്പിൽ വോളിബോൾ പ്രേമികൾ എന്നും കടപ്പെട്ടിരിക്കുന്നു. 2017 ൽ അദ്ദേഹം സർക്കാർ സർവ്വീസിനോട് വിടപറഞ്ഞു. നിലവിൽ കേരള സംസ്ഥാന സ്പോർട്സ് കൗൺസിലിൽ താല്ക്കാലികാടിസ്ഥാനത്തിൽ വോളിബോൾ പരിശീലകനായി ജോലി ചെയ്യുന്നു.

പി ശിവകുമാർ
ഫോൺ : 9447380741

ജോഫി – മേഴ്സിജോഫി (റെഡ് ലാന്റ്സ് വോളി അക്കാഡമി)

തൃശൂർ വരന്തരപ്പള്ളിയിൽ 2010 ലാണ് റെഡ്ലാന്റ്സ് എന്ന പേരിൽ വോളിബോൾ അക്കാഡമി ആരംഭിക്കുന്ന ത്. ഒരു ദിവസം ചെമ്മണ്ണൂർ ആഷ്ലിൻ ഗ്രൂപ്പ് ഓഫ് കമ്പനിയുടെ മാനേജിങ് ഡയറക്ടർ ആഷ്ലിൻ ട്രെയിനിൽ യാത്ര ചെയ്യുമ്പോൾ, വോളിബോൾ മത്സരങ്ങ ളിൽ പങ്കെടുക്കുവാൻ യാത്ര ചെയ്യുന്ന ചില കുട്ടികളെ കാണാൻ ഇടയായി. ഈ കുട്ടികളോട് വിവരങ്ങൾ തിരക്കി ബുദ്ധിമുട്ടുകൾ മനസ്സിലാക്കിയ അദ്ദേഹം വളരെ വേദനയോടെ ജോഫി മെഴ്സി ദമ്പതികളോട് സംസാരിക്കുകയും

റെഡ്‌ലാന്റ്‌സ് വോളിബോൾ അക്കാഡമി ആരംഭിക്കുകയുമായിരുന്നു. 2010 ൽ 20 ആൺകുട്ടികളെ ഉൾപ്പെടുത്തിയാണ് അക്കാഡമി ആരംഭിച്ചത്. കുട്ടികൾക്ക് താമസ സൗകര്യങ്ങൾക്കായി സ്വന്തമായി സ്ഥലം വാങ്ങി ആധുനിക സൗകര്യങ്ങളോടുകൂടിയ ഒരു ഹോസ്റ്റൽ നിർമ്മിക്കുകയും കുട്ടികളുടെ ട്രെയിനിങ്ങിനു ആവശ്യമായ എല്ലാ ഉപകരണങ്ങളുമടക്കം ഒരു ഇൻഡോർ കോർട്ട് ഉൾപ്പെടെ രണ്ട് കോർട്ടുകളും നിർമ്മിച്ചു. കുട്ടികളുടെ ചെലവുകൾക്കായി എല്ലാ മാസവും ഒന്നരലക്ഷം രൂപയോളം ചെലവാക്കുന്നതും ആഷ്‌ലിൻ തന്നെയാണ്. ജോഫിയുടേയും മെഴ്‌സി ജോഫിയുടേയും കഠിനമായ പരിശ്രമം കൊണ്ടു മാത്രം രണ്ടാമത്തെ വർഷത്തിൽ തന്നെ 5 കുട്ടികളെ ദേശീയതലത്തിൽ മത്സരങ്ങളിൽ പങ്കെ ടുപ്പിക്കുന്നതിന് കഴിഞ്ഞു. 7 വർഷത്തിനിടയിൽ 50 ലധികം വോളി കളി ക്കാരെ സംസ്ഥാന ദേശീയ, തലങ്ങളിലെ മത്സരങ്ങളിലേക്ക് പ്രാപ്തരാ ക്കിയിട്ടുണ്ട്. 2017 ൽ നടന്ന ദേശീയ സബ് ജൂനിയർ ചാമ്പ്യൻഷിപ്പിൽ പങ്കെടുത്ത കേരള ടീമിൽ റെഡ്‌ലാന്റ്സിൽനിന്നും 4 കളിക്കാർ ഇടം നേടിയിട്ടുണ്ട്. ബിസിനസ് നടത്തുന്ന ജോഫി 4 മണിയോടെ കടയടച്ച് ഗ്രൗണ്ടിലെത്തും. മേഴ്‌സിയും തന്റെ ജോലി കഴിഞ്ഞ് എത്തുന്നതോടെ ഗ്രൗണ്ട് സജീവമാകും. ഇരുവരുടേയും ഈ പരിശ്രമങ്ങൾ കായിക കേരളം വിസ്മരിച്ചു കൂടാ. കൂടാതെ ചെമ്മണ്ണൂർ ആഷ്‌ലിൻ ഗ്രൂപ്പിന്റെ തലവനായ ആഷ്‌ലിന്റെ സുമനസ്സിനു മുന്നിൽ വോളി സമൂഹം എന്നെന്നും കടപ്പെട്ടിരിക്കും.

ജോഫി ജോർജ്
റെഡ്‌ലാന്റ് വോളിബോൾ അക്കാഡമി,
തൃശൂർ. ഫോൺ : 9447241621

ജോയി തോമസ് (പിറവം വോളിബോൾ അക്കാഡമി)

എറണാകുളം പിറവം നാമക്കുഴി വീട്ടിൽ എം എ തോമസിന്റേയും ചിന്ന മ്മയുടേയും മകനായി 1951 ജൂൺ ആറാം തീയതി ജോയി തോമസ് ജനിച്ചു. സ്കൂൾ വിദ്യാഭ്യാസം നാമക്കുഴി ഗവ: ഹൈസ്കൂളിലും കോളേജ് വിദ്യാ ഭ്യാസം എസ് ബി, ക്രൈസ്റ്റ്, എം ഇ എസ് തുടങ്ങിയ കലാലയങ്ങളിലുമായി പൂർത്തിയാക്കി. 1969 മുതൽ 1972 വരെ കാലിക്കറ്റ് യൂണിവേഴ്സിറ്റിയെ പ്രതി നിധീകരിച്ചു.

1972 ൽ ജിമ്മിജോർജും ജോസ് ജോർജും മാനുവലും മൂസയും ദേവസിക്കുട്ടിയും ജോയിതോമസും അടങ്ങിയതായിരുന്നു കാലിക്കറ്റ് യൂണിവേഴ്സിറ്റി ടീം. തുടർന്ന് ബാംഗ്ലൂർ, ഹൈദ്രാബാദ് ദേശീയ സീനിയർ വോളിബോൾ ചാമ്പ്യൻഷിപ്പുകളിൽ കേരളത്തിന്റെ കുപ്പായമണിഞ്ഞു. 1974 ൽ പ്രിമീയർ ടയേഴ്സിലും, 1975 ൽ പോസ്റ്റൽ ആന്റ് ടെലഗ്രാഫിലും ജോലിയിൽ ചേർന്നു. 1975 മുതൽ 1980 വരെ ഇന്ത്യൻ പോസ്റ്റലിനെ പ്രതി നിധീകരിച്ച് വിവിധ ദേശീയ ചാമ്പ്യൻഷിപ്പുകളിൽ പങ്കെടുത്തു. 1985 ൽ ബാംഗ്ലൂർ നാഷണൽ സ്പോർട്സ് ഇൻസ്റ്റിറ്റ്യൂട്ടിൽനിന്നും വോളിബോൾ കോച്ചിങ് ബിരുദം നേടി. 1986 ൽ മാർച്ചിൽ കേരള യൂണിവേഴ്സിറ്റിയിൽ വോളിബോൾ പരിശീലകനായി ജോലിയിൽ പ്രവേശിച്ചു. 2011 ജൂണിൽ യൂണിവേഴ്സിറ്റിയിൽനിന്നും വിരമിച്ചു. ഈ കാലയളവിൽ കെ എസ് ഇ ബി പുരുഷ - വനിതാ ടീമുകൾ, കൊച്ചിൻ കസ്റ്റംസ് തുടങ്ങിയ ടീമുക ളുടെ പരിശീലനകനായിരുന്നു. 1989, 1990 ൽ സൗത്ത് സോൺ യൂത്ത് കേരള ടീം, 1994 ൽ ചെന്നെയിൽ നടന്ന സീനിയർ ദേശീയ ചാമ്പ്യൻഷി പ്പിൽ, 10 വർഷങ്ങൾക്ക് ശേഷം ഫൈനലിൽ കളിച്ച കേരള വനിതാ ടീമിന്റെ പരിശീലകനും അദ്ദേഹമായിരുന്നു. 2011 ൽ സർവ്വീസിൽനിന്നും വിരമിച്ചതിനുശേഷം ജന്മ നാടായ പിറവത്ത് ഒരു സ്വകാര്യ സ്കൂൾ ആസ്ഥാനമാക്കി പിറവം വോളിബോൾ അക്കാദമി ആരംഭിച്ചു. ആൺ-പെൺ വിഭാഗത്തിലായി ഇവിടെ 40 ഓളം കുട്ടികൾക്ക് പരിശീ ലനം നല്കി വരികയായിരുന്നു. 3 വർഷത്തിനുള്ളിൽ ആറ് കുട്ടികൾ ദേശീയ സ്കൂൾ മത്സരങ്ങളിൽ കേരളത്തിന്റെ കുപ്പായമണിഞ്ഞു. കൂടാതെ സംസ്ഥാന തലങ്ങളിലെല്ലാം വ്യക്തമായ ആധിപത്യം ഉറപ്പി ക്കുവാൻ ജോയി തോമസിന്റെ കുട്ടികൾക്ക് കഴിഞ്ഞിട്ടുണ്ട്. കേരള സംസ്ഥാന സ്പോർട്സ് കൗൺസിൽ കളിക്കാരെ പകൽ താമസിപ്പി ക്കുന്ന സ്കീമിൽ ഉൾപ്പെടുത്തി മൂന്ന് വർഷക്കാലം സാമ്പത്തിക സഹായം ലഭിച്ചിരുന്നത് ഒഴിച്ചാൽ മറ്റ് യാതൊരു വിധ സാമ്പത്തിക സഹായങ്ങളും ഒരു ഏജൻസികളിൽനിന്നും ലഭിച്ചിട്ടില്ല. ആയതിനാൽ ഹയർ സെക്കന്ററി കോളേജ് തലത്തിലുള്ള പരിശീലനം മാത്രമാണ് ഇപ്പോൾ നടത്തുന്നത്. ഇതിനുള്ള സാമ്പത്തികം കണ്ടെത്തുകപോലും വളരെ ശ്രമകരമാണ്. സന്മനസ്സുള്ളവർ സാമ്പത്തികമായി സഹായിക്കു കയോ സ്പോർട്സ് കൗൺസിലിന്റെ കീഴിലുള്ള കോളേജ് തലത്തിലുള്ള പരിശീലന കേന്ദ്രമാക്കുകയോ ചെയ്താൽ ഇത് കേരളത്തിലെ ഏറ്റവും മികച്ച വോളി പരിശീലന കേന്ദ്രമായി മാറുമെന്നതിൽ സംശയമില്ല.

വളരെയേറെ പരിമിതികൾക്കിടയിലും ഇത്രയേറെ നേട്ടങ്ങൾ കൈവ രിക്കാൻ ജോയി തോമസിനു കഴിഞ്ഞത് വോളിബോളിനോടുള്ള സ്നേഹവും അർപ്പണമനോഭാവവുമാണ്. ജോയിതോമസിന്റെ പെൻഷൻ

വരുമാനത്തിന്റെ ഏറിയപങ്കും കുട്ടികൾക്കായി ചെലവഴിക്കുകയാണ് പതി
വ്. മറ്റ് സർക്കാർ വകുപ്പുകളിലെ വോളിടീമുകളുടെ പരിശീലകനാകാൻ
മികച്ച അവസരങ്ങൾ ലഭിച്ചിട്ടും ജോയിതോമസിന്റെ അക്കാദമിയിലേക്ക്
എത്തുന്ന കുട്ടികളെയോർത്ത് അവയൊക്കെ അദ്ദേഹം ഉപേക്ഷിക്കുന്നു.
താൻ കളിക്കാരനായിരുന്നപ്പോൾ അനുഭവിച്ച ബുദ്ധിമുട്ടുകൾ ഓർമ്മി
ച്ചും, കുട്ടികളെ പരിശീലിപ്പിക്കുമ്പോൾ ലഭിക്കുന്ന സംതൃപ്തിയും എന്നും
നിലനിർത്തുക എന്ന ഏക ലക്ഷ്യമാണ് തളരാതെ ഇദ്ദേഹത്തെ ഈ
രംഗത്ത് പ്രവർത്തനനിരതനാക്കുന്നത്.

ജോയ് തോമസ്
പിറവം വോളി അക്കാഡമി
എറണാകുളം, ഫോൺ: 9947241020

ടാലന്റ് ഐഡന്റിഫിക്കേഷൻ
(പ്രതിഭാ നിർണ്ണയം)

ഒരാളുടെ വ്യക്തിത്വത്തിൽ കണ്ടു വരുന്ന പ്രത്യേക സിദ്ധി വൈഭ വത്തിന്റെ ആകത്തുകയെ 'ടാലന്റ്' എന്ന് വിശേഷിപ്പിക്കാം. കളികൾക്ക് പ്രയോഗിക്കുന്ന തന്ത്രങ്ങൾ ഗ്രഹിച്ച് കാലക്രമത്തിൽ അത് ഉപയോഗിക്കു വാനുള്ള കഴിവ്, ഇപ്പോഴത്തെ കായികമായ കഴിവ് പരിശീലനത്തിലൂടെ ഭാവിയിൽ വികസിപ്പിക്കാനുള്ള സാമർത്ഥ്യം, കഴിവ്, സാദ്ധ്യത എന്നിവ കളിക്കാരനുണ്ടോ എന്ന് കൃത്യമായി മനസ്സിലാക്കിയിരിക്കണം. ഒരു കളി ക്കാരന്റെ ടാലന്റ് എക്സാമിനേഷൻ ഒരാൾക്കും, വളരെ വേഗം കൃത്യ മായി കണക്കാക്കുവാൻ കഴിയുകയില്ല. മികവുള്ള കളിക്കാരെ കണ്ടെ ത്തേണ്ടതായി വരുമ്പോഴാണ് ടാലന്റ് സെലക്ഷൻ ആവശ്യമായി വരു ന്നത്. ജനസാന്ദ്രത വളരെയധികം ഉള്ള ഇന്ത്യപോലുള്ള ഒരു രാജ്യത്ത് ആകെയുള്ള ജനങ്ങളുടെ യഥാർത്ഥ സ്പോർട്സ് ടാലന്റ് നമ്മുടെ രാജ്യ ത്തിന് ഉപയോഗിക്കാൻ കഴിയുന്നില്ലെന്ന വസ്തുത നാം ഏവരേയും അതി ശയപ്പെടുത്തുന്നതാണ്. ഇപ്പോൾ വോളിബോൾ കളിയിലേക്ക് കടന്നു വരുന്നതിനേക്കാൾ എത്രയോയധികം പേർ ഈ കളിയിലേക്ക് ആകർഷി ക്കപ്പെടാതെയും ശ്രദ്ധിക്കപ്പെടാതെയും പോകുകയാണ്. ഇത്തരം സാദ്ധ്യ തകളെപ്പറ്റി യാതൊരറിവും ഇല്ലാത്ത കൂട്ടരും നമ്മുടെ രാജ്യത്തുണ്ട്. ഇത് പ്രയോജനപ്പെടുത്താൻ വേണ്ട എല്ലാ സാഹചര്യങ്ങളും നമ്മുടെ രാജ്യത്ത് നിലവിലുണ്ടെങ്കിലും കഴിയുന്നില്ല. ഒരു വ്യക്തിയിൽ മികച്ച കായിക പ്രകടനം ഉണ്ടാക്കുന്നതിനും വർദ്ധിപ്പിക്കുന്നതിനും ആവശ്യ മായ എല്ലാ കഴിവുകളും ആദ്യ യോഗ്യതാ നിർണ്ണയ ടെസ്റ്റിൽ പുറത്ത് പ്രകടമാവണമെന്നില്ല. തന്ത്രങ്ങൾ ഗ്രഹിക്കുന്നതിനുള്ള കഴിവ്, പ്രയോ ഗിക്കുന്നതിനുള്ള കഴിവ്, അത് യഥാക്രമം ഉപയോഗിക്കുന്നതിനുള്ള ബുദ്ധി, എന്നിവയ്ക്ക് ആധാരമായ ശരീരഘടന കൂടാതെ ആന്തരികാവ

യവങ്ങളുടെ പ്രവർത്തന മികവ് എന്നിവ ടാലന്റ് ടെസ്റ്റിൽ സുപ്രധാന ഘടകങ്ങളാണ്.

നിരന്തരമായ നിരീക്ഷണത്തിലൂടെയും കഠിനമായ പരിശ്രമത്തിലൂ ടെയും മാത്രമേ ടാലന്റ് എക്സാമിനേഷൻ സാദ്ധ്യമാകുകയുള്ളൂ. ഇത്ത രത്തിലുള്ള ഒരു സിസ്റ്റം തയ്യാറാക്കി പുറത്തിറക്കിയാൽ വലിയൊരു സമൂ ഹത്തെ സ്പോർട്സിലേക്കും വോളിബോൾ കളിയിലേക്കും കൊണ്ടുവ രുന്നതിന് സാധിക്കും. കൂടാതെ ഇത്തരത്തിലുള്ള പ്രവർത്തനത്തിലൂടെ കഴിവുള്ളവരും മികവുള്ളവരും മാത്രം ഈ മേഖലയിലേക്ക് കടന്നു വരു കയും മറ്റുള്ളവർക്ക് അവരുടെ സമയവും പ്രവർത്തിയും ഉപേക്ഷിച്ച് ഭാവി നഷ്ടപ്പെടുത്താതിരിക്കാനും സാധിക്കും. കൂടാതെ അവർക്ക് ടാലന്റ് ഉള്ള മേഖല കണ്ടെത്തുന്നതിന് സഹായകമാവുകയും ചെയ്യും. വളരെ ചെറുപ്പത്തിൽ ഒരാൾ ടാലന്റ് ടെസ്റ്റിന് വിധേയമായാൽ സ്പോർട്സിന്റെ ഏതു മേഖലയിലേക്കാണോ എത്തിച്ചേരേണ്ടത് അതിൽ ശാരീരികമായ യോഗ്യതയുള്ളവർ മാത്രം എത്തുകയും ഇവർക്ക് ദീർഘകാല പരിശീ ലന ലഭിക്കുകയും ചെയ്യും. ഇതിന്റെ ഫലമായി മികവുള്ള കുട്ടികളെ ഉയർന്ന കായിക പ്രകടനത്തിലേക്ക് എത്തിക്കുവാനും കഴിയും. കൂടാതെ പരിശീലകർക്ക് കായികമായി മികവുള്ള ട്രെയിനികളെ ലഭിക്കുമ്പോൾ പരിശീലനവും എളുപ്പത്തിലാവുകയും ചെയ്യുന്നു. ഒരു നീണ്ട പരിശീ ലന കാലയളവിൽ കുറച്ച് വീതം കാര്യങ്ങൾ കൂടുതൽ സമയം കൊണ്ട് മനസ്സിലാക്കുവാനും നടപ്പിലാക്കുവാനും കഴിയും. നിലവിൽ കായിക മേഖലയിൽ കുടുംബ പാരമ്പര്യം, താമസിക്കുന്ന പ്രദേശത്തിന്റെ പാര മ്പര്യം എന്നിവയായിട്ടാണ് കളിക്കാരെത്തുന്നത്. ഒരു പ്രദേശത്ത് ഏത് കളിക്കാണോ പ്രാധാന്യമുള്ളത് ആ കളിയിലേക്ക് കുട്ടികൾ ആകർഷി ക്കപ്പെടുന്നു, അല്ലെങ്കിൽ കൂട്ടുകാർ ഇഷ്ടപ്പെടുന്ന കളി, അല്ലെങ്കിൽ സ്കൂളുകളിൽ നിലവിൽ പ്രാധാന്യം നല്കുന്നവ എന്നിവയിലേക്ക് കുട്ടി കൾ എത്തപ്പെടുന്നു. ഈ കായിക ഇനങ്ങൾ കുട്ടികളുടെ ടാലന്റിന് യോജിക്കുന്നവ ആകണമെന്നില്ല. ഈ നിലയിൽനിന്നും മാറ്റം വരുത്തേ ണ്ടതായിട്ടുണ്ട്. കുട്ടികളെ മത്സരത്തിൽ പങ്കെടുപ്പിക്കുമ്പോൾ അവർ പ്രകടിപ്പിക്കുന്ന മികവിന്റെ അടിസ്ഥാനത്തിൽ മാത്രം തെരെഞ്ഞെടു ക്കുന്ന രീതിയാണ് ഇപ്പോൾ നിലവിലുള്ളത്. ഇത് ശാസ്ത്രീയമോ വിശ്വ സനീയമോ അല്ല. ഒരു സംസ്ഥാന മിനി ടീമിൽ ഇടം നേടുന്നവരിൽ പത്ത് ശതമാനം പോലും സബ് ജൂനിയർ, ജൂനിയർ എന്നീ തലം കഴിഞ്ഞ് യൂത്ത് സീനിയർ ടീമുകളിൽ എത്തുന്നില്ല എന്ന വാസ്തവം നാം തിരി ച്ചറിയേണ്ടതുണ്ട്.

ശാസ്ത്രീയ ടാലന്റ് സെലക്ഷൻ – വോളിബോൾ

ഒരു കളിക്കാരന്റെ ബാല്യകാലത്തിലെ തെരഞ്ഞെടുപ്പ് മുതൽ 'ടാലന്റ്' സെലക്ഷൻ അത്യന്താപേക്ഷിതമാണ്. അയാൾക്ക് ഈ കളിക്ക്

ആവശ്യമായ കഴിവുണ്ടോ, ആ കഴിവ് ഭാവയിൽ പൂർണ്ണമായും വികാസം പ്രാപിക്കുവാൻ കഴിയുമോ എന്നും ആദ്യം തന്നെ മനസ്സിലാക്കണം. ശരീ രഘടന, ശരീരത്തിന്റെ പ്രവർത്തന ഘടന, മാനസിക അവസ്ഥ, കളി ക്കാരന്റെ പരിമിതി എന്നിവയും അറിഞ്ഞിരിക്കണം. ആരോഗ്യഘടന തിട്ട പ്പെടുത്തുമ്പോൾ ഈ കളിക്കാരന്റെ ഭാവിയിലെ കഠിനമായ കായികാ ഭ്ധ്യാനത്തിന് യോഗ്യമായ ശരീരഘടന കൂടാതെ ആന്തരിക അവയവ ങ്ങളുടെ പ്രവർത്തന മികവ് എന്നത് തിരിച്ചറിയുവാൻ സാധിക്കണം. വോളിബോൾ കളിയെ സംബന്ധിച്ചിടത്തോളം ഉയരം ഒരു സുപ്രധാന ഘടകമാണ്. ഓരോ കളിക്കാരന്റേയും ബയോമെക്കാനിക്കൽ അനാലി സിസും, ഫിസിയോളജിക്കൽ ടെസ്റ്റുകളും പൂർത്തിയാക്കിയതിനുശേഷം മാത്രമേ വളർച്ച ഏതു ഘട്ടത്തിലാണെന്ന് മനസ്സിലാക്കുവാൻ കഴിയുക യുള്ളൂ. ഇതോടൊപ്പം പരിശീലന കേന്ദ്രത്തിലേക്ക് എത്തിച്ചേരുന്ന കുട്ടി കളിൽ അവരുടെ കുടുംബത്തിൽ തലമുറകളായി ഉയരം ഉള്ളവരാണോ കൂടാതെ പൊക്കത്തിനനുസരിച്ചുള്ള കൈയുടെ നീളം, കാലിന്റെ ഘട ന, ബ്ലോക്ക് അറ്റാക്ക് എന്നിവയ്ക്കായുള്ള കൈവിരലുകളുടെ നീളം, ഇത്തരത്തിൽ മികച്ച ശരീരഘടനയും ഉയരവും ഉള്ളവരിൽനിന്ന് മികച്ച കളിക്കാരെ തെരഞ്ഞെടുക്കാം. അതുപോലെ ചടുല വേഗത്തിൽ ചലി ക്കുന്നതിന് അനുഗുണമായ കാലുകൾ, വഴങ്ങുന്നതും സ്വയം നിയന്ത്രിക്കാൻ കഴിയുന്നതുമായ ശരീരഘടന, മാനസികമായി കളിയോ ടുള്ള താല്പര്യം, എന്നിവ മികച്ച കളിക്കാർക്ക് അത്യന്താപേക്ഷിതമായ വളർത്തിയെടുക്കുവാൻ അത്യാവശ്യമായ ഘടകങ്ങളാണ്. ഇപ്പോൾ ഉയ രവും വളർച്ചയും മനസ്സിലാക്കുന്നതിന് ശാസ്ത്രീയമായ ബയോമെഡി ക്കൽ സംവിധാനങ്ങൾ നിലവിലുണ്ട്. അതുപയോഗപ്പെടുത്തി എല്ലുക ളുടെയും ശരീരപേശികളുടേയും ഘടനയിലെ മാറ്റങ്ങളും മനസ്സിലാക്കാ വുന്നതാണ്. ഇന്ത്യയിലെ വിവിധ സംസ്ഥാനങ്ങളിലേയും ജനങ്ങളുടെ ഉയരവും , വളർച്ചയും വ്യത്യാസപ്പെട്ടിരിക്കുന്നു. ആയതിനാൽ ശാസ്ത്രീ യമായ 'ടാലന്റ് ടെസ്റ്റ്' ഇന്ത്യയിലേയും വിവിധ സംസ്ഥാനങ്ങളുടേയും സ്പോർട്സ് മേഖലയെ അനുകൂലമായി സ്വാധീനിക്കുന്നതിനാൽ ഇതി നായി പരിഗണന നല്കുകയും അതിലൂടെ രാജ്യത്തിൽ ഒരു കായിക വിപ്ലവത്തിന് വഴിയൊരുക്കാനും സാധിക്കും.

കായിക വിദ്യാഭ്യാസത്തിൽ വോളിബോൾ കളിയുടെ പ്രസക്തി

പൊതുവിദ്യാഭ്യാസ സംരക്ഷണയജ്ഞം എന്ന വിപ്ലവകരമായ മാറ്റ ത്തിന് കേരളവും വിദ്യാഭ്യാസവകുപ്പും ഒരുങ്ങിക്കഴിഞ്ഞു. ഇതിന്റെ വിജ യകരമായ പ്രവർത്തനങ്ങളുടെ ഭാഗമായി സംസ്ഥാനത്തെ പൊതുവി ദ്യാലയങ്ങളിൽ ഒന്നര ലക്ഷത്തോളം വിദ്യാർത്ഥികളുടെ വർദ്ധനവാണ് ഉണ്ടായിരിക്കുന്നത്. സംസ്ഥാന സർക്കാർ പൊതു വിദ്യാലയങ്ങളിലെ അടിസ്ഥാന സൗകര്യങ്ങൾ വർദ്ധിപ്പിച്ച് ആധുനിക സങ്കേതിക വിദ്യകൾ ക്ലാസ് മുറികളിൽ എത്തിച്ചതോടെ ഇതിന്റെ മേന്മയും വരും തലമുറ യ്ക്കുള്ള ഗുണങ്ങളും മനസ്സിലാക്കിയ പൊതുജനങ്ങളും ഈ ദൗത്യത്തെ ഏറ്റെടുത്തു തുടങ്ങി. ഇനി വരും വർഷങ്ങളിൽ ഈ പ്രവർത്തനങ്ങൾ വിപുലപ്പെടുത്തുന്നതോടൊപ്പം കുട്ടികൾക്ക് പഠനം അനായാസമാവു കയും, പൊതുവിദ്യാലയങ്ങളുടെ മേന്മയും ഒപ്പം കുട്ടികളുടെ വരവ് വർദ്ധിക്കുകയും ചെയ്യും.

നിലവിൽ പൊതു വിദ്യാലയങ്ങളിൽ നാല്പത് ലക്ഷത്തോളം വിദ്യാർത്ഥികളാണ് പഠനം പൂർത്തീകരിക്കുന്നത്. വിവിധ വ്യത്യസ്ത സാമൂഹിക സാമ്പത്തിക സാഹചര്യങ്ങളിൽ നിന്നും എത്തുന്നവരാണ് ഇവരിൽ ഭൂരിഭാഗവും. ഓരോ വർഷങ്ങളിലേയും സാഹചര്യങ്ങൾ പരി ശോധിക്കുമ്പോൾ കുട്ടികളുടെ ദൈനംദിന ജീവിതം വളരെ ആധുനിക വല്ക്കരിക്കപ്പെടുകയാണ്. നമ്മൾ മുൻപ് ദിനംപ്രതി ചെയ്തു വന്നിരുന്ന പല പ്രവർത്തനങ്ങളും യന്ത്രസഹായത്താലാണ് നിർവ്വഹിക്കപ്പെടുന്നത്. ഇത് നാമറിയാതെ സ്വാഭാവികമായി നമ്മുടെ കുട്ടികൾക്ക് ലഭ്യമാകുമാ യിരുന്ന ഒരു കായിക ശേഷിയെയാണ് നഷ്ടപ്പെടുത്തിക്കൊണ്ടിരിക്കു ന്നത്. മുൻപ് കുട്ടികൾ രാവിലെ എഴുന്നേറ്റ് സ്വന്തമായി കിണറുകളിൽ നിന്നും വെള്ളം കോരിയോ അടുത്തുള്ള നദികളിൽ പോയി നീന്തിയോ

കുളിച്ച് ദീർഘദൂരം നടന്നാണ് സ്കൂളുകളിൽ എത്തിയിരുന്നത്. ഇത് സൈക്കിലിലേക്ക് മാറ്റി ദീർഘദൂരം സൈക്കിളിൽ കോളേജുകളിലേക്ക് വരെ കുട്ടികൾ എത്തിയിരുന്ന ഒരു കാലഘട്ടം ഉണ്ടായിരുന്നു. നിലവിൽ സൈക്കിൾ സവാരിയും വളരെയധികം കുറഞ്ഞു വരുന്നു. പൊതുവി ദ്യാലയങ്ങളും സ്വന്തം വാഹന സൗകര്യം ഒരുക്കിക്കൊടുക്കുന്നതോടെ കുട്ടികൾ വീട്ടിൽനിന്ന് സ്കൂളിലേക്കും തിരികെ വീട്ടിലേക്കും വാഹന ങ്ങളിലായി യാത്ര. മിക്കവാറും സ്കൂളുകളിൽ കളിസ്ഥലങ്ങളും അപ്ര ത്യക്ഷമായിക്കഴിഞ്ഞു. അന്തർദ്ദേശീയ നിലവാരത്തിലുള്ള സ്കൂളുകളുടെ നിർമ്മാണങ്ങളിലെങ്കിലും ഈ നിലവാരത്തിലുള്ള ഒരു കളിസ്ഥലവും മാസ്റ്റർ പ്ലാനിൽ ഉൾപ്പെടുത്തേണ്ടതായിട്ടുണ്ട്. കൂടാതെ ദൈനംദിന ജീവി തത്തിന്റെ ഭാഗമായി ലഭ്യമാകുമായിരുന്ന കായികശേഷി കുറഞ്ഞു തു ടങ്ങി. ആധുനിക ഭക്ഷണരീതിയും വളരെയധികം മാറിക്കഴിഞ്ഞു. മായം കലർന്നതും വിഷം തളിച്ചതുമായ വിപണികളിൽ ലഭ്യമാകുന്ന പച്ചക്ക റികൾ നമ്മുടെ കുട്ടികൾക്ക് വളരെ വലിയ ശാരീരിക പ്രശ്നങ്ങളാണ് ഭാവിയിൽ ഉണ്ടാകുന്നത്. ഇത്തരത്തിൽ കായികപരമായ ശേഷിയും കായികക്ഷമതയും ഇല്ലാത്ത കുട്ടികളാണ് പൊതുവിദ്യാലയങ്ങളിൽ പഠനം നടത്തുന്നത്. ആയതിനാൽ നമ്മുടെ കുട്ടികൾക്കും വേണം പൊതു വിദ്യാഭ്യാസ സംരക്ഷണയജ്ഞത്തിന്റെ ഭാഗമായി സമ്പൂർണ്ണ കായിക ക്ഷമതായജ്ഞം എന്ന പേരിലുള്ള ബൃഹത്തായ പദ്ധതി.

കേരളത്തിലെ പൊതുവിദ്യാലയങ്ങളിലെ കുട്ടികളുടെ കായികക്ഷ മതാ നിലവാരം ദേശീയ അന്തർദ്ദേശീയ നിലവാരം താരതമ്യം ചെയ്യു മ്പോൾ വളരെ കുറവാണെന്ന് ചില പഠനങ്ങൾ കണ്ടെത്തിയിട്ടുള്ളതാ ണ്. ഇതിൽ പെൺകുട്ടികളുടെ നിലവാരം വളരെ പരിതാപകരമായ അവ സ്ഥയിലുമാണ്. ശരിയായ ആരോഗ്യം എല്ലാ പ്രായത്തിലുള്ളവർക്കും ആവശ്യമായതിനാൽ കുട്ടികൾ മുതൽ മുതിർന്നവർ തുടങ്ങിയ എല്ലാ വിഭാഗക്കാർക്കും ആരോഗ്യ സംബന്ധമായ ശാരീരികക്ഷമത കാലാകാ ലങ്ങളിൽ പരിശോധന നടത്തേണ്ടതുമാണ്. മാറി വരുന്ന ജീവിതശൈലി കാരണം ജീവിതശൈലി രോഗങ്ങളുടെ കടന്നുകയറ്റം ഉയർന്നപ്രായക്കാ രിൽ ഉണ്ടാക്കുന്ന അസ്വസ്ഥത കുറവൊന്നുമല്ല. ഇത്തരം പരിശോധന കളിലൂടെ കുറഞ്ഞ അളവിലുള്ള കൊഴുപ്പിന്റെ സാന്നിധ്യം, ഉയർന്ന നിലയിലുള്ള ഹൃദയ-ശ്വസന ക്ഷമത, പേശീബലം, പേശീകളുടെ സ്ഥിരത, ശരീരഭാഗങ്ങളുടെ അയവ് എന്നിവ ഉറപ്പുവരുത്തി ആരോഗ്യ കരമായ കായിക ക്ഷമത കൈവരിക്കുവാൻ കഴിയുന്നു.

കേരളത്തിലെ കുട്ടികളുടെ അവസ്ഥ പരിശോധിക്കുമ്പോൾ പൊതു വിദ്യാലയങ്ങളിൽ പഠിക്കുന്ന നമ്മുടെ കുട്ടികൾ ശാരീരിക കായിക പ്രവർത്തനങ്ങളിൽ ഏർപ്പെടുന്നതിന്റെ തോത് തുലോം തുച്ഛമാണ്. ലോക ത്താകമാനമുള്ള വിവിധ പഠനങ്ങൾ പരിശോധിച്ചാൽ, പുതുതലമുറ വളരെ വലിയ ഭീഷണിയിലേക്കാണ് നീങ്ങുന്നത് എന്നാണ് മനസ്സിലാ ക്കാൻ കഴിയുന്നത്. ഈ അവസ്ഥ ഭീകരമാകുന്നതുകൊണ്ടാണ്

സർക്കാർ "സമ്പൂർണ്ണ കായിക ക്ഷമതാ പദ്ധതി" എന്ന പ്രവർത്തന ത്തിന് ആരംഭം കുറിച്ചത്. സർക്കാരിന്റെ വിവിധ വകുപ്പുകളുടെ ഏകോ പനമില്ലായ്മ ഈ പദ്ധതിയുടെ അന്ത്യത്തിനാണ് വഴി തെളിച്ചത്.

വോളിബോൾ കളി 1895 ൽ ആരംഭിച്ചെങ്കിലും 1921 ലാണ് വൈ എം സി എ യുടെ പ്രവർത്തനത്തിന്റെ ഫലമായിട്ട്, ഇന്ത്യയിൽ ആദ്യമായി കളി ആരംഭിക്കുന്നത് ചെന്നെയിലാണ്. കേരളം തമിഴ്നാടിന് അടുത്ത സംസ്ഥാനമായതിനാൽ വളരെ വേഗത്തിൽ കേരളത്തിലും വോളിബോൾ കളി പ്രചരിച്ചു തുടങ്ങി. കേരളത്തിലെ ഏതു ഭൂപ്രദേശത്തിനും അനു സരിച്ച് കളിക്കളം ഉണ്ടാക്കാൻ കഴിയുന്നതിനാലും മൃദുവായ പന്ത്, മറ്റ് ഗെയിമുകളെ അപേക്ഷിച്ച് ശാരീരിക അപകടങ്ങൾ ഉണ്ടാക്കുന്ന ഗെയിം അല്ലാത്തതിനാലും കായിക ക്ഷമതയും ഉറച്ച ശരീരവും ലഭിക്കുന്നതി നാലും പൂർണ്ണ നിയമങ്ങൾ പാലിക്കാതെ തന്നെ വിശ്രമവേളകൾ ആന ന്ദകരമാക്കുന്നതിന് എല്ലാ ഭൂപ്രകൃതിയിലുമുള്ള ആളുകളും ഈ കളിയെ വരവേറ്റു. വോളിബോൾ കോർട്ടിന്റെ അളവ് കുറഞ്ഞതിനാൽ ഒരു കോർട്ടി നുള്ള സ്ഥലമെങ്കിലും ഇല്ലാത്ത സ്കൂളുകൾ ഉണ്ടാകുവാൻ ഇടയില്ല. ഈ സ്കൂളുകളിൽ ഈ കളിക്ക് ആവശ്യമായ പ്രചാരവും സൗകര്യ ങ്ങളും ലഭ്യമാക്കുന്നതുമൂലം ഒരു കൂട്ടം കുട്ടികൾ ഒത്തുചേരുകയും അവ രുടെ അനുഭവങ്ങൾ പങ്കു വയ്ക്കുകയും അതിലൂടെ കുട്ടികൾ തമ്മി ലുള്ള ബന്ധം കൂടുതൽ ശക്തിപ്പെടുത്തുന്നതിനും സാധിക്കുന്നു. ഇത്തരം കളിക്കൂട്ടായ്മകൾ ജാതി, വർണ്ണവിവേചനങ്ങൾക്ക് അതീതമായി ഒരു സമൂഹത്തെ വാർത്തെടുക്കുന്നതിനും സഹായിക്കുന്നു. ഇത്തരം കളി യിലൂടെ ശരീരത്തിലെ അധികം എനർജി നഷ്ടപ്പെടുന്നതുകൊണ്ട്, ഹോർമോൺ മാറ്റങ്ങളുടെ ഫലമായി കുട്ടികളിൽ ഉണ്ടാവുന്ന മാനസിക സമ്മർദ്ദങ്ങൾ ഒരു പരിധിവരെ നിയന്ത്രിക്കുന്നതിനും കുട്ടികളെ നേർദി ശകളിലേക്ക് നയിക്കുന്നതിനും കഴിയുന്നു. ഇത്തരം പ്രവർത്തനങ്ങൾ പൊതു വിദ്യാലയങ്ങളിൽ സജീവമായാൽ കായിക ക്ഷമതയുള്ള കുട്ടി കളെ വളർത്തിയെടുക്കുന്നതിനും അതിലൂടെ അക്കാദമിക നിലവാരം മെച്ചപ്പെടുത്തുന്നതിനും കഴിയും. കൂടാതെ നമ്മുടെ സംസ്ഥാനത്തും രാജ്യത്തും മെച്ചപ്പെട്ട കായിക സംസ്കാരം വളർത്തിക്കൊണ്ടു വരുന്ന തിനും സഹായകമാകും.

റഫറൻസ്

1. സനൽ പി തോമസ്: (2001) കായിക കേരള ചരിത്രം, കറന്റ് ബുക്സ്

2. ടി ആർ മധുകുമാർ: (1998) *കളികൾ കളിക്കാർ*, കേരള ശാസ്ത്ര സാഹിത്യ പരിഷത്ത്

3. എഫ് ഐ എ വി ബി: *(2017–20)* ഒഫിഷ്യൽ വോളിബോൾ റൂൾ

വെബ്സൈറ്റുകൾ

www. Previous Results VFI.com
www. Arjuna Awards.com
www. USA Volleyball. org
www. wikipedia.com
www.kerala 2015.com